BÚLUR OG BIT: ENDALA PROSECCO MAÐKABÓKIN

Upplifðu matreiðsluupplifun þína með 100 dásemdum með Prosecco

Stefán Moreno

Höfundarréttur Efni ©2024

Allt Réttindi Frátekið

Nei Partí af þetta bók má biðja notað eða send inn Einhver formi eða bæinn Einhver þýðir án the almennilegur skrifað samþykki af the útgefendur anda höfundarréttur eigandi, nema fyrir stutt tilvitnanir notað inn a endurskoðun. Þetta bók ætti ath biðja talið a staðgengill fyrir læknisfræðilegt, löglegt, eða annað faglegur ráðh.

EFNISYFIRLIT

EFNISYFIRLIT 3
KYNNING 7
MORGUNMATUR OG BRUNCH 9
1. Prosecco pönnukökur 10
2. Prosecco ávaxtasalat 12
3. Prosecco franskt brauð 14
4. Prosecco jógúrt parfait 16
5. Prosecco Berry Crepes 18
6. Prosecco Morgunverður Quinoa 21
7. Prosecco vöfflur 23
8. Mini Prosecco pönnukökustaflar 25
9. Bakaðar Prosecco kleinuhringir 28
10. Prosecco brauð 31
11. Prosecco franskt brauð 34
12. Prosecco hafrar yfir nótt 36
13. Prosecco eggjabollur 38
14. Prosecco skonsur 40
15. Prosecco Breakfast Quiche 43
SNÍL 45
16. Bruschetta með Prosecco lækkun 46
17. Prosecco marineraðar ólífur 48
18. Prosecco rækjuspjót 50
19. Geitaostur fylltir sveppir 52
20. Prosecco Ceviche 54
21. Prosecco soðnar perur 56
22. Prosecco ávaxtaspjót 58
23. Prosecco poppkorn 60
24. Prosecco Guacamole 62
25. Prosecco Bruschetta 64
26. Prosecco fyllt jarðarber 66

27. Prosecco gúrkubitar...............68
28. Prosecco Trail Mix...............70
29. Prosecco orkubitar...............72
AÐALRÉTTUR...............74
30. Prosecco risotto með rækjum...............75
31. Prosecco Chicken Piccata...............77
32. Lax með ristuðum fræjum og prosecco...............80
33. Prosecco Bolognese Pasta...............83
34. Prosecco sveppirisotto...............86
35. Kjúklingur með Pomodoro og Prosecco sósu...............89
36. Prosecco Braised Beef Short Ribs...............92
37. Prosecco marineraður grillaður kjúklingur...............95
EFTIRLITUR...............97
38. Prosecco kaka...............98
39. Prosecco ostafondú...............101
40. Prosecco Granita...............103
41. Peach og Prosecco Pavlova...............105
42. Champagne panna cotta með berjum...............107
43. Jarðarberja kampavínssorbet...............110
44. Strawberry & Prosecco Pate de Fruit...............112
45. Prosecco Vodka vínber...............115
46. Hunang með Prosecco...............117
47. Bleikur Prosecco gúmmíbjörn bls...............119
48. Mimosa ávaxtasalat...............121
49. Prosecco makarónur...............123
50. Prosecco ís...............126
51. Prosecco ávaxtasalat...............129
52. Trönuberja -Prosecco morgunverðarkaka...............131
53. Klassísk Prosecco kaka...............134
54. Prosecco bollakökur...............138
55. Blóðappelsín Prosecco kaka...............141
56. Prosecco Mousse...............144
57. Prosecco ostakökustangir...............146
58. Prosecco kökurúlla...............149
59. Prosecco íslög...............153

60. Prosecco Granita..155
61. Ferskjur og ber í Prosecco...157
62. Prosecco soðnar perur...159
63. Prosecco Berry Parfait...161
64. Prosecco og hindberjahlaup...163
65. Prosecco og Lemon Posset..165
66. Prosecco Tiramisu...167
KRYDDINGAR..169
67. Prosecco og Peach Salsa..170
68. Prosecco hlaup..172
69. Prosecco sinnep..174
70. Prosecco smjör...176
71. Prosecco Lemon Curd..178
72. Prosecco Aioli...181
73. Prosecco hunangssinnep..183
74. Prosecco jurtasmjör..185
75. Prosecco Salsa Verde..187
KOKTEILAR...189
76. Aperol Spritz...190
77. Prosecco og appelsínusafa Mimosas..................................192
78. Hibiscus Spritz..194
79. Kampavínsmúlar...196
80. Hugo...198
81. Prosecco Mojito..200
82. Sgroppino...202
83. Prosecco Bellini..204
84. Prosecco Margarita..206
85. Prosecco Ginger Fizz...208
86. Prosecco franska 75...210
87. Prosecco Granatepli Punch..212
88. Ruby and Rosemary Prosecco kokteill................................214
89. Prosecco Elderflower kokteill..217
90. Bleikur greipaldinkokteill...219
91. Prosecco ananas sorbet flot...221
92. Hindberjalímonaði Hanastél..223

93. Appelsínugult sorbet Hanastél..........225
94. Elderflower Blood Orange Hanastél..........227
95. Prosecco og appelsínusafi Hanastél..........229
96. Ástaraldin Hanastél..........231
97. Ferskjur Prosecco kokteill..........233
98. Ananas Prosecco kokteill..........235
99. Prosecco Sangria..........237
100. Jarðarber Prosecco kokteill..........239
NIÐURSTAÐA..........241

KYNNING

Velkomin í "BÚLUR OG BIT: ENDALA PROSECCO MAÐKABÓKIN"! Í þessari matreiðsluferð munum við kanna yndislegan heim Prosecco og ótrúlega fjölhæfni hans í eldhúsinu. Prosecco, með sínum freyðandi loftbólum og lifandi bragði, færir snert af glæsileika og fágun í hvern rétt sem hann prýðir. Allt frá morgunmat til snarls, aðalrétta og jafnvel krydds, munum við opna leyndarmál þess að fella Prosecco inn í uppáhalds uppskriftirnar þínar og taka matreiðslusköpun þína til nýrra hæða.

Í þessari matreiðslubók finnur þú safn af vandlega samsettum uppskriftum sem sýna fram á einstaka eiginleika Prosecco og varpa ljósi á getu þess til að auka fjölbreytt úrval af bragði. Hver uppskrift er unnin af nákvæmni og veitir nákvæmar innihaldsmælingar og skref-fyrir-skref leiðbeiningar til að tryggja árangur þinn í eldhúsinu. Hvort sem þú ert að hýsa sérstakt tilefni eða vilt einfaldlega bæta ljóma við daglegu máltíðirnar þínar, mun þessi matreiðslubók hvetja þig til að kanna dásamlegan heim rétta sem innihalda Prosecco.

Gríptu því flösku af uppáhalds Prosecco þínum, settu á þig svuntuna þína og gerðu þig tilbúinn til að leggja af stað í matreiðsluævintýri sem mun pirra bragðlaukana þína og heilla gestina. Allt frá brunch-kokkteilum til sælkerakvöldverða, möguleikarnir eru óþrjótandi þegar kemur að sköpun með Prosecco. Við skulum skjóta á korkinn og kafa inn í heim "BÚLUR OG BIT: ENDALA PROSECCO MAÐKABÓKIN"!

MORGUNMATUR OG BRUNCH

1. Prosecco pönnukökur

HRÁEFNI:
- 1 bolli alhliða hveiti
- 1 matskeið sykur
- 1 tsk lyftiduft
- ¼ teskeið salt
- 1 bolli Prosecco
- ¼ bolli mjólk
- 1 egg
- 2 matskeiðar bráðið smjör

LEIÐBEININGAR:
a) Hrærið saman hveiti, sykri, lyftidufti og salti í stórri blöndunarskál.
b) Blandið saman Prosecco, mjólk, eggi og bræddu smjöri í sérstakri skál. Blandið vel saman.
c) Hellið blautu hráefnunum í þurrefnin og hrærið þar til það hefur blandast saman. Ekki ofblanda; nokkrir kekkir eru í lagi.
d) Hitið pönnu eða pönnu sem festist ekki við meðalhita og smyrjið létt með smjöri eða matreiðsluúða.
e) Hellið ¼ bolla af deigi á pönnu fyrir hverja pönnuköku.
f) Eldið þar til loftbólur myndast á yfirborðinu, snúið síðan við og eldið hina hliðina þar til þær eru gullinbrúnar.
g) Berið Prosecco pönnukökurnar fram með uppáhalds álegginu þínu eins og ferskum berjum, þeyttum rjóma eða hlynsírópi.

2. Prosecco ávaxtasalat

HRÁEFNI:

- 2 bollar blandaðir ferskir ávextir (eins og jarðarber, bláber, hindber og sneiðar ferskjur)
- ½ bolli Prosecco
- 1 matskeið hunang
- Fersk myntulauf til skrauts

LEIÐBEININGAR:

a) Blandaðu saman ferskum ávöxtum í stórri skál.
b) Í sérstakri skál, þeytið saman Prosecco og hunang þar til það hefur blandast vel saman.
c) Hellið Prosecco blöndunni yfir ávextina og blandið varlega til að hjúpa.
d) Látið ávaxtasalatið standa í um það bil 10 mínútur til að leyfa bragðinu að blandast saman.
e) Skreytið með fersku myntulaufi og berið fram kælt.

3. Prosecco franskt brauð

HRÁEFNI:
- 4 brauðsneiðar (svo sem brioche eða franskt brauð)
- ¾ bolli Prosecco
- ¼ bolli mjólk
- 2 egg
- 1 matskeið sykur
- ½ tsk vanilluþykkni
- Smjör til eldunar
- Púðursykur til að strá (valfrjálst)
- Fersk ber til að bera fram (valfrjálst)

LEIÐBEININGAR:
a) Hrærið saman Prosecco, mjólk, eggjum, sykri og vanilluþykkni í grunnu fati.

b) Hitið eldfasta pönnu eða pönnu yfir meðalhita og bræðið smjörkleif.

c) Dýfðu hverri brauðsneið í Prosecco blönduna og leyfðu henni að liggja í bleyti í nokkrar sekúndur á hvorri hlið.

d) Setjið bleytu brauðið á pönnu og eldið þar til það er gullinbrúnt á hvorri hlið, um 2-3 mínútur á hvorri hlið.

e) Endurtaktu með brauðsneiðunum sem eftir eru, bætið meira smjöri við eftir þörfum.

f) Dustið Prosecco frönsku brauðið með flórsykri ef vill og berið fram með ferskum berjum.

4. Prosecco jógúrt parfait

HRÁEFNI:
- 1 bolli grísk jógúrt
- 2 matskeiðar hunang
- ½ tsk vanilluþykkni
- 1 bolli granóla
- 1 bolli blandað fersk ber
- ¼ bolli Prosecco

LEIÐBEININGAR:

a) Í lítilli skál, þeytið saman grísku jógúrtina, hunangið og vanilluþykkni þar til það er slétt.

b) Leggðu gríska jógúrtblönduna, granóla, fersk ber og ögn af Prosecco í skálar eða skálar.

c) Endurtaktu lögin þar til hráefnin eru notuð, endaðu með klút af grískri jógúrt og strái af granóla ofan á.

d) Berið fram strax sem yndislegan jógúrt-parfait með Prosecco.

5. Prosecco Berry Crepes

HRÁEFNI:
FYRIR CREPES:
- 1 bolli alhliða hveiti
- 2 egg
- ½ bolli mjólk
- ½ bolli Prosecco
- 1 matskeið sykur
- ¼ teskeið salt
- Smjör til eldunar

FYRIR FYLLINGU:
- 1 bolli blandað fersk ber
- ¼ bolli Prosecco
- 2 matskeiðar flórsykur

LEIÐBEININGAR:
a) Blandið saman hveiti, eggjum, mjólk, Prosecco, sykri og salti í blandara. Blandið þar til slétt.
b) Hitið non-stick pönnu eða crepe pönnu yfir miðlungshita og smyrjið létt með smjöri.
c) Hellið ¼ bolla af crepe deiginu í pönnuna, snúið því í kring til að mynda þunnt, jafnt lag.
d) Eldið crepe í um 2 mínútur, þar til brúnirnar byrja að lyftast og botninn er létt gullinn. Snúið við og eldið hina hliðina í eina mínútu í viðbót.
e) Endurtaktu með afganginum af deiginu, smyrðu pönnuna með smjöri eftir þörfum.
f) Í litlum potti, hitið blönduðu fersk ber, Prosecco og púðursykur við vægan hita þar til berin losa safa og blandan þykknar aðeins.
g) Setjið berjafyllinguna á hvert crepe og brjótið í þríhyrning eða rúllið því upp.

h) Berið Prosecco berjakremið fram heitt með flórsykri ef vill.

6. Prosecco Morgunverður Quinoa

HRÁEFNI:

- 1 bolli kínóa
- 2 bollar Prosecco
- 1 bolli mjólk
- 2 matskeiðar hunang
- ½ tsk vanilluþykkni
- Fersk ber og saxaðar hnetur til áleggs

LEIÐBEININGAR:

a) Skolið kínóaið undir köldu vatni þar til vatnið rennur út.
b) Látið Prosecco sjóða í potti. Bætið skolaða quinoa út í og lækkið hitann í lágan.
c) Setjið lok á pottinn og látið malla í um 15-20 mínútur þar til kínóaið er meyrt og Proseccoið er frásogast.
d) Hitið mjólkina, hunangið og vanilluþykkni í sérstökum potti þar til það er orðið heitt í gegn.
e) Þegar kínóaið er soðið, hellið mjólkurblöndunni yfir það og hrærið vel saman.
f) Berið fram Prosecco morgunmat kínóa í skálum og toppið með ferskum berjum og söxuðum hnetum.

7. Prosecco vöfflur

HRÁEFNI:
- 2 bollar alhliða hveiti
- 2 matskeiðar kornsykur
- 1 matskeið lyftiduft
- ½ tsk salt
- 2 stór egg
- 1¾ bollar appelsínusafi
- ¼ bolli ósaltað smjör, brætt
- ¼ bolli Prosecco
- Börkur af 1 appelsínu

LEIÐBEININGAR:
a) Hrærið saman hveiti, sykri, lyftidufti og salti í blöndunarskál.
b) Þeytið eggin í sérstakri skál. Bætið appelsínusafanum, bræddu smjöri, Prosecco og appelsínuberki út í. Þeytið þar til það hefur blandast vel saman.
c) Hellið blautu hráefnunum í þurrefnin og hrærið þar til það hefur blandast saman.
d) Forhitaðu vöfflujárnið þitt og smyrðu það létt.
e) Hellið deiginu á forhitaða vöfflujárnið og eldið samkvæmt leiðbeiningum framleiðanda.
f) Berið Prosecco vöfflurnar fram með flórsykri og hlið af ferskum appelsínusneiðum.

8. Mini Prosecco pönnukökustaflar

HRÁEFNI:

Pönnukökur:
- 2 bollar Bisquick Complete pönnuköku- og vöfflublöndu
- ⅔ bolli ferskur appelsínusafi
- ⅔ bolli vatn

Prosecco krem:
- ½ bolli mascarpone ostur
- Rifinn hýði af 1 meðalstórri appelsínu
- 5 matskeiðar flórsykur
- ½ bolli Prosecco
- ⅓ bolli þeyttur rjómi

Álegg:
- 4 til 6 matskeiðar appelsínumarmelaði
- Appelsínubörkur til skrauts

LEIÐBEININGAR:

a) Hitið pönnu eða pönnu yfir meðalháum hita (375°F) og penslið með jurtaolíu.

b) Í meðalstórri skál, þeytið pönnukökuhráefnin með þeytara. Notaðu matskeið eða litla ísskeið til að hella deiginu á heita pönnu og mynda litlar pönnukökur. Eldið þar til loftbólur brotna á yfirborðinu, snúið síðan við og eldið þar til þær eru gullinbrúnar. Flyttu pönnukökurnar yfir á kæligrind.

c) Í lítilli skál, þeytið mascarpone ost, appelsínuberki og flórsykur með rafmagnshrærivél á meðalhraða þar til það er vel þeytt. Lækkið niður í lágan hraða og þeytið Prosecco varlega út í þar til það er slétt. Í annarri lítilli skál, þeytið þeytta rjómann á miklum hraða þar til stífir toppar myndast. Notaðu spaða og blandaðu þeyttum rjómanum varlega saman við mascarpone blönduna.

d) Til að setja saman pönnukökustafla skaltu setja eina litla pönnuköku á disk eða framreiðsludisk. Smyrjið appelsínumarmelaði yfir pönnukökuna. Endurtaktu með tveimur pönnukökum til viðbótar og marmelaði. Toppið með Prosecco kremi og skreytið með appelsínuberki.

9. Bakaðar Prosecco kleinuhringir

HRÁEFNI:
kleinuhringir:
- 3 bollar hveiti
- 2 teskeiðar af lyftidufti
- ½ tsk sjávarsalt
- 4 egg
- ¾ bolli bræt smjör
- 1 bolli sykur
- ½ bolli Prosecco
- 1 tsk vanilluþykkni
- Börkur og safi úr 2 stórum naflaappelsínum

GLJÁR:
- 6 matskeiðar Prosecco
- 2 bollar sigtaður flórsykur
- Börkur af 1 appelsínu

LEIÐBEININGAR:
a) Forhitið ofninn í 350 gráður Fahrenheit (175 gráður á Celsíus). Smyrjið kleinuhringiform.
b) Blandið saman hveiti, lyftidufti, sjávarsalti og appelsínubörk í stóra skál.
c) Í annarri skál, þeytið saman sykur, egg, Prosecco, appelsínusafa, brætt smjör og vanilluþykkni.
d) Bætið blautu hráefnunum við þurrefnin og hrærið þar til deigið er slétt og engir þurrir vasar eftir.
e) Flyttu deigið í sætabrauðspoka eða ziplock poka með einu horninu klippt af. Hrærið deigið í tilbúna kleinuhringjaformið.
f) Bakið kleinurnar í um það bil 15 mínútur eða þar til topparnir eru orðnir þéttir viðkomu. Topparnir ættu ekki

að vera brúnir. Þú getur athugað botninn á einum kleinuhring til að sjá hvort hann hafi brúnast.

g) Takið kleinuhringina af pönnunni og látið þá kólna í stofuhita.

h) Í millitíðinni, undirbúið gljáann með því að blanda saman Prosecco, sigtuðum flórsykri og appelsínubörk.

i) Þegar kleinuhringirnir hafa kólnað skaltu dýfa hverjum og einum í gljáann. Leyfðu gljáanum að harðna og dýfðu síðan kleinunum aftur fyrir tvöfaldan gljáa.

j) Njóttu þessara yndislegu bökuðu Prosecco kleinuhringja, bragðbætt með ferskum appelsínusafa, börki og freyðandi Prosecco! Þær eru fullkomið nammi í eftirrétt eða sérstakt morgunverðarnammi.

10. Prosecco brauð

HRÁEFNI:

- 2 bollar hveiti
- 2 teskeiðar af matarsóda
- ½ tsk salt
- 2 egg
- ¼ bolli bræett smjör
- 1 bolli sykur
- ½ bolli Prosecco
- ⅓ bolli sýrður rjómi
- ¼ bolli appelsínusafi
- 1 matskeið appelsínubörkur
- Ísing:
- ½ bolli flórsykur
- ½ - 1 matskeið Prosecco
- ½ matskeið appelsínubörkur

LEIÐBEININGAR:

a) Forhitið ofninn í 350 gráður F (175 gráður C) og smyrjið brauðform.

b) Blandið saman hveiti, matarsóda og salti í lítilli skál. Setja til hliðar.

c) Í stórri blöndunarskál, þeytið saman egg, bræddu smjöri og sykri. Bætið Prosecco, sýrðum rjóma, appelsínusafa og appelsínuberki út í.

d) Bætið þurrefnunum hægt saman við blautu hráefnin og blandið þar til það hefur blandast saman.

e) Færið deigið yfir í tilbúið brauðformið og bakið í 55-60 mínútur eða þar til tannstöngull sem stungið er í miðjuna kemur hreinn út.

f) Leyfið brauðinu að kólna alveg áður en það er sett í sleik.

g) Í lítilli skál, blandið öllu hráefninu til að blanda þar til slétt. Dreypið kreminu yfir kælt brauðið.

h) Njóttu þessa yndislega Prosecco brauðs, fyllt með bragði af Prosecco og appelsínuberki! Það er fullkomið skemmtun fyrir brunch, morgunmat eða hvenær sem þú þráir ljúffengt rakt og sítrusríkt brauð.

11. Prosecco franskt brauð

HRÁEFNI:
- 6 sneiðar af þykku brauði (td brioche eða challah)
- 4 stór egg
- ½ bolli appelsínusafi
- ¼ bolli Prosecco
- ¼ bolli mjólk
- 1 matskeið appelsínubörkur
- ½ tsk vanilluþykkni
- Smjör til steikingar
- Púðursykur til að rykhreinsa
- Fersk ber til áleggs
- Hlynsíróp til framreiðslu

LEIÐBEININGAR:
a) Þeytið saman egg, appelsínusafa, Prosecco, mjólk, appelsínubörk og vanilluþykkni í grunnu fati.
b) Dýfðu hverri brauðsneið í blönduna og leyfðu henni að liggja í bleyti í nokkrar sekúndur á hvorri hlið.
c) Hitið stóra pönnu yfir meðalhita og bætið smá smjöri við til að hjúpa pönnuna.
d) Eldið bleytu brauðsneiðarnar þar til þær eru gullinbrúnar og stökkar á báðum hliðum.
e) Færðu franska ristað brauð yfir á diska, stráðu flórsykri yfir og toppaðu með ferskum berjum.
f) Berið fram með hlynsírópi til hliðar.

12. Prosecco hafrar yfir nótt

HRÁEFNI:

- 1 bolli rúllaðir hafrar
- 1 bolli appelsínusafi
- ½ bolli grísk jógúrt
- ¼ bolli Prosecco
- 1 matskeið hunang
- 1 tsk appelsínubörkur
- Niðurskornir ferskir ávextir til áleggs (eik, appelsínur, ber)
- Ristar möndlur eða valhnetur fyrir marr (valfrjálst)

LEIÐBEININGAR:

a) Blandið saman höfrum, appelsínusafa, grískri jógúrt, Prosecco, hunangi og appelsínuberki í skál.

b) Hrærið vel til að tryggja að öll innihaldsefni séu að fullu blandað saman.

c) Hyljið skálina með plastfilmu eða loki og setjið í kæli yfir nótt.

d) Á morgnana skaltu hræra í höfrunum og bæta við skvettu af appelsínusafa eða jógúrt ef þörf krefur til að stilla lögunina.

e) Toppið með sneiðum ferskum ávöxtum og ristuðum hnetum ef vill.

13. Prosecco eggjabollur

HRÁEFNI:

- 6 sneiðar af soðnu beikoni
- 6 stór egg
- ¼ bolli appelsínusafi
- ¼ bolli Prosecco
- Salt og pipar eftir smekk
- Ferskur graslaukur til skrauts

LEIÐBEININGAR:

a) Forhitaðu ofninn þinn í 375°F (190°C). Smyrjið muffinsform eða notið sílikon muffinsbolla.

b) Klæðið hvern bolla með sneið af soðnu beikoni og myndið hring.

c) Þeytið saman egg, appelsínusafa, Prosecco, salt og pipar í lítilli skál.

d) Hellið eggjablöndunni í hvern beikonfóðraðan bolla og fyllið hana um ⅔ fullt.

e) Bakið í forhituðum ofni í 15-18 mínútur eða þar til eggin hafa stífnað.

f) Takið eggjabollurnar úr ofninum, látið þær kólna aðeins og skreytið með ferskum graslauk.

14. Prosecco skonsur

HRÁEFNI:
- 2 bollar alhliða hveiti
- ¼ bolli kornsykur
- 1 matskeið lyftiduft
- ½ tsk salt
- ½ bolli kalt ósaltað smjör, skorið í litla teninga
- ¼ bolli þungur rjómi
- ¼ bolli appelsínusafi
- ¼ bolli Prosecco
- 1 tsk appelsínubörkur
- ½ bolli þurrkuð trönuber eða gylltar rúsínur (valfrjálst)
- 1 stórt egg, þeytt (fyrir eggjaþvott)
- Grófur sykur til að strá yfir

LEIÐBEININGAR:
a) Forhitaðu ofninn þinn í 400°F (200°C). Klæðið bökunarplötu með bökunarpappír.
b) Hrærið saman hveiti, sykri, lyftidufti og salti í stórri skál.
c) Bætið köldu smjörbitunum við þurrefnin og skerið þá í með sætabrauðsskera eða tveimur hnífum þar til blandan líkist grófum mola.
d) Blandið saman þungum rjóma, appelsínusafa, Prosecco og appelsínuberki í sérstakri skál.
e) Hellið blautu hráefnunum í þurru blönduna og hrærið þar til það hefur blandast saman. Bætið við þurrkuðum trönuberjum eða gylltum rúsínum ef þær eru notaðar.
f) Flyttu deigið yfir á hveitistráð yfirborð og klappaðu því í um það bil 1 tommu þykkan hring. Skerið hringinn í 8 báta.
g) Setjið skonsurnar á tilbúna bökunarplötu, penslið toppana með þeyttu egginu og stráið grófum sykri yfir.

h) Bakið í forhituðum ofni í 15-18 mínútur eða þar til skonsurnar eru orðnar gullinbrúnar.

i) Leyfið skonsunum að kólna aðeins áður en þær eru bornar fram.

15. Prosecco Breakfast Quiche

HRÁEFNI:
- 1 bökubotn tilbúinn til notkunar
- 4 stór egg
- ½ bolli appelsínusafi
- ½ bolli Prosecco
- ½ bolli þungur rjómi
- ½ bolli rifinn cheddar ostur
- ¼ bolli soðið og mulið beikon
- ¼ bolli saxaður grænn laukur
- Salt og pipar eftir smekk
- Fersk steinselja til skrauts

LEIÐBEININGAR:
a) Forhitaðu ofninn þinn í 375°F (190°C).

b) Rúllið bökuskorpunni út og setjið hana í 9 tommu bökuform. Kryddu brúnirnar eins og þú vilt.

c) Þeytið eggin, appelsínusafann og Prosecco saman í skál þar til það hefur blandast vel saman.

d) Bætið við þungum rjóma, rifnum cheddar osti, muldum beikoni, söxuðum grænum lauk, salti og pipar. Hrærið til að blanda saman.

e) Hellið eggjablöndunni í tilbúna bökuskorpuna.

f) Bakið kökuna í forhituðum ofni í 30-35 mínútur eða þar til miðjan hefur stífnað og toppurinn er gullinbrúnn.

g) Takið kökuna úr ofninum og látið kólna í nokkrar mínútur áður en hún er skorin í sneiðar.

h) Skreytið með ferskri steinselju og berið fram volga.

SNÍL

16. Bruschetta með Prosecco lækkun

HRÁEFNI:

- Baguette, skorið í hringi
- 1 matskeið ólífuolía
- 1 bolli ricotta ostur
- Börkur af 1 sítrónu
- 1 matskeið hunang
- 1 bolli blandað fersk ber
- Fersk myntulauf til skrauts
- Prosecco lækkun (gert með því að malla Prosecco þar til það þykknar)

LEIÐBEININGAR:

a) Forhitið ofninn í 350°F (175°C).
b) Penslið baguette sneiðarnar með ólífuolíu og leggið þær á bökunarplötu.
c) Ristið baguette-kúlurnar í ofni í um 8-10 mínútur eða þar til þær eru létt gylltar.
d) Blandið saman ricotta osti, sítrónuberki og hunangi í litla skál þar til það hefur blandast vel saman.
e) Dreifið ögn af ricotta-blöndunni á hverja ristuðu baguette-hring.
f) Toppið ricotta með blönduðum ferskum berjum.
g) Dreypið Prosecco-lækkuninni yfir bruschetta.
h) Skreytið með fersku myntulaufi.

17. Prosecco marineraðar ólífur

HRÁEFNI:
- 1 bolli blandaðar ólífur (eins og Kalamata, grænar eða svartar)
- ¼ bolli Prosecco
- 2 matskeiðar ólífuolía
- 2 hvítlauksrif, söxuð
- 1 tsk þurrkaðar ítalskar kryddjurtir (eins og oregano eða timjan)
- Rauð piparflögur (valfrjálst)

LEIÐBEININGAR:
a) Blandið saman ólífum, Prosecco, ólífuolíu, hakkaðri hvítlauk, þurrkuðum ítölskum kryddjurtum og rauðum piparflögum í skál ef vill.
b) Kasta ólífunum í marineringunni þar til þær eru vel húðaðar.
c) Lokið skálinni og setjið í kæli í að minnsta kosti 1 klukkustund eða yfir nótt til að leyfa bragðinu að þróast.
d) Berið fram Prosecco marineruðu ólífurnar sem bragðgott og saltgott snarl.

18. Prosecco rækjuspjót

HRÁEFNI:
- 1 pund stór rækja, afhýdd og afveguð
- ¼ bolli Prosecco
- 2 matskeiðar ólífuolía
- 2 hvítlauksrif, söxuð
- 1 matskeið fersk steinselja, söxuð
- Salt og pipar eftir smekk
- Sítrónubátar til framreiðslu

LEIÐBEININGAR:
a) Blandið saman Prosecco, ólífuolíu, hakkaðri hvítlauk, ferskri steinselju, salti og pipar í skál.
b) Bætið afhýddum og afhúðuðu rækjunni við marineringuna og blandið til að hjúpa.
c) Lokið skálinni og kælið í að minnsta kosti 30 mínútur til að leyfa bragðinu að streyma inn.
d) Forhitið grillið eða grillpönnu yfir meðalháan hita.
e) Præðið marineruðu rækjuna á teini.
f) Grillið rækjuspjótina í 2-3 mínútur á hlið eða þar til rækjurnar eru bleikar og ógegnsæjar.
g) Berið Prosecco rækjuspjótunum fram með sítrónubátum fyrir ljúffengt og próteinpakkað snarl.

19. Geitaostur fylltir sveppir

HRÁEFNI:
- 12 stórir hnappar eða cremini sveppir
- ¼ bolli Prosecco
- 4 aura af geitaosti
- 2 msk ferskur graslaukur, saxaður
- Salt og pipar eftir smekk

LEIÐBEININGAR:
a) Forhitið ofninn í 375°F (190°C).
b) Fjarlægðu stilkana af sveppunum og settu til hliðar.
c) Hellið Prosecco í eldfast mót og setjið sveppalokin á hvolfi í fatið.
d) Bakið sveppahetturnar í um það bil 10 mínútur til að mýkja þær.
e) Á meðan, saxið sveppastilkana smátt.
f) Blandið söxuðum sveppastönglum, geitaosti, graslauk, salti og pipar saman í skál.
g) Fjarlægðu sveppalokin úr ofninum og tæmdu umfram Prosecco.
h) Fylltu hverja sveppahettu með geitaostablöndunni.
i) Setjið fylltu sveppina aftur í ofninn og bakið í 10-12 mínútur í viðbót eða þar til fyllingin er orðin gyllt og freyðandi.
j) Berið fram Prosecco og geitaostfyllta sveppi sem bragðmikið og glæsilegt snarl.

20. Prosecco Ceviche

HRÁEFNI:
- 1 pund hvít fiskflök (svo sem snapper eða tilapia), skorin í litla teninga
- 1 bolli Prosecco
- ½ bolli lime safi
- ¼ bolli appelsínusafi
- ¼ bolli rauðlaukur, smátt saxaður
- 1 jalapenó, fræhreinsaður og saxaður
- ¼ bolli ferskt kóríander, saxað
- Salt og pipar eftir smekk
- Tortilla franskar eða plantain franskar til að bera fram

LEIÐBEININGAR:
a) Í glerskál, blandaðu saman fiskbitunum, Prosecco, lime safa og appelsínusafa.
b) Hrærið söxuðum rauðlauk, hakkaðri jalapenó og söxuðum kóríander saman við.
c) Kryddið með salti og pipar eftir smekk.
d) Lokið skálinni og setjið í kæli í um 2-3 klukkustundir, hrærið af og til, þar til fiskurinn er ógagnsær og "eldaður" af sítrussafanum.
e) Berið fram Prosecco ceviche kældan með tortilla flögum eða plantain flögum fyrir létt og bragðgott snarl.

21. Prosecco soðnar perur

HRÁEFNI:
- 4 þroskaðar perur, skrældar og kjarnhreinsaðar
- 2 bollar Prosecco
- 1 bolli af vatni
- ½ bolli sykur
- 1 kanilstöng
- 4 heil negul
- Þeyttur rjómi eða vanilluís til framreiðslu

LEIÐBEININGAR:
a) Blandið saman Prosecco, vatni, sykri, kanilstöng og heilum negul í stórum potti.
b) Hitið blönduna yfir meðalhita þar til sykurinn leysist upp og vökvinn er að sjóða.
c) Bætið skrældar og kjarnhreinsuðu perunum saman við rjúpnavökvann.
d) Látið perurnar malla í Prosecco-blöndunni í um 20-30 mínútur eða þar til perurnar eru mjúkar þegar þær eru stungnar í þær með gaffli.
e) Takið pottinn af hellunni og látið perurnar kólna í vökvanum.
f) Þegar þær hafa kólnað skaltu fjarlægja perurnar úr vökvanum og setja þær í skálar.
g) Berið Prosecco steiktu perurnar fram með skvettu af rjúpnavökvanum og ögn af þeyttum rjóma eða kúlu af vanilluís.

22. Prosecco ávaxtaspjót

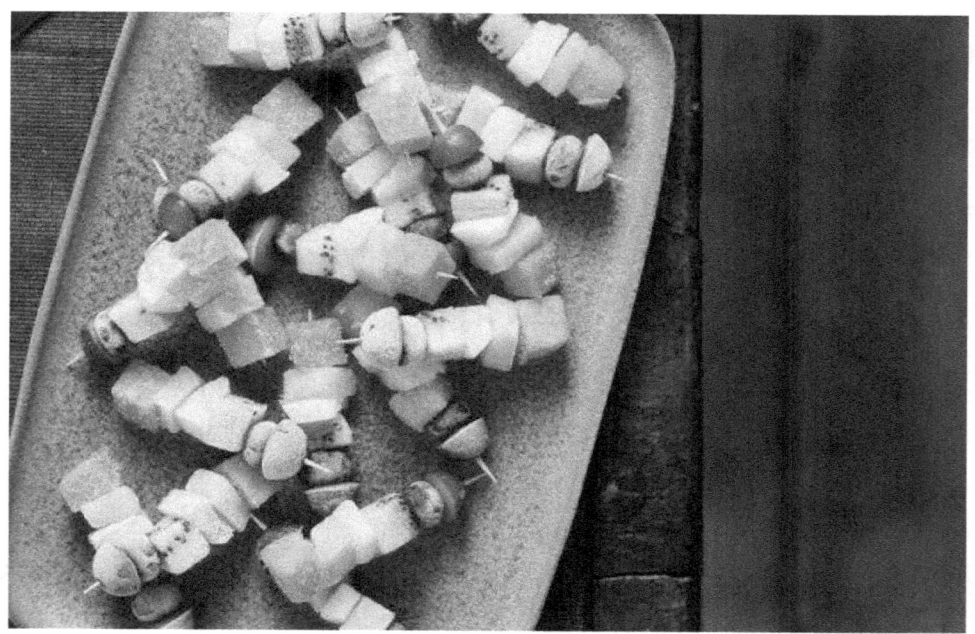

HRÁEFNI:
- Fjölbreyttir ferskir ávextir (eins og jarðarber, vínber, ananasbitar og melónukúlur)
- 1 bolli Prosecco
- Tréspjót

LEIÐBEININGAR:
a) Præðið ferska ávextina á tréspjót og skiptið ávöxtunum til skiptis fyrir litríka framsetningu.
b) Settu ávaxtaspjótina í grunnt mót eða bökunarform.
c) Hellið Prosecco yfir ávaxtaspjótunum og passið að þeir séu vel húðaðir.
d) Hyljið fatið eða pönnuna og kælið í að minnsta kosti 1 klukkustund til að leyfa ávöxtunum að draga í sig Prosecco bragðið.
e) Berið Prosecco ávaxtaspjótunum fram kælda sem hressandi og safaríkt snarl.

23. Prosecco poppkorn

HRÁEFNI:

- 8 bollar af poppuðu poppkorni
- ¼ bolli ósaltað smjör, brætt
- 2 matskeiðar Prosecco
- 1 tsk appelsínubörkur
- 1 matskeið flórsykur

LEIÐBEININGAR:

a) Blandið saman bræddu smjöri, Prosecco og appelsínuberki í stórri skál.

b) Dreypið smjörblöndunni yfir poppað poppið og hrærið varlega til að það hjúpist jafnt.

c) Stráið flórsykri yfir poppið og blandið aftur til að blanda saman.

d) Berið fram strax eða geymið í loftþéttu íláti til síðari tíma.

24. Prosecco Guacamole

HRÁEFNI:
- 2 þroskuð avókadó, maukuð
- ¼ bolli niðurskorinn rauðlaukur
- ¼ bolli niðurskornir tómatar
- ¼ bolli saxað kóríander
- 1 jalapenó, fræhreinsaður og smátt saxaður
- 2 matskeiðar ferskur lime safi
- 2 matskeiðar Prosecco
- Salt og pipar eftir smekk

LEIÐBEININGAR:
a) Í meðalstórri skál skaltu sameina maukað avókadó, rauðlauk, tómata, kóríander og jalapeno.
b) Hrærið ferskum limesafa og Prosecco saman við.
c) Kryddið með salti og pipar eftir smekk.
d) Berið fram með tortilla flögum eða grænmetisstöngum til að dýfa í.

25. Prosecco Bruschetta

HRÁEFNI:
- Baguette, sneið
- 1 bolli kirsuberjatómatar, helmingaðir
- ¼ bolli niðurskorinn rauðlaukur
- 2 matskeiðar söxuð fersk basilíka
- 1 matskeið Prosecco edik
- 1 matskeið ólífuolía
- 1 tsk hunang
- Salt og pipar eftir smekk

LEIÐBEININGAR:
a) Forhitið ofninn í 350°F (175°C).
b) Raðið baguette sneiðunum á bökunarplötu og ristið þær í ofninum þar til þær verða létt stökkar.
c) Blandið saman kirsuberjatómötum, rauðlauk, basil, Prosecco ediki, ólífuolíu, hunangi, salti og pipar í skál.
d) Hellið tómatblöndunni á ristuðu baguette sneiðarnar.
e) Berið fram strax sem ljúffengt og glæsilegt snarl.

26. Prosecco fyllt jarðarber

HRÁEFNI:

- 1 bolli fersk jarðarber
- 4 aura rjómaostur, mildaður
- 2 matskeiðar flórsykur
- 1 tsk appelsínubörkur
- 1 matskeið Prosecco
- Fersk myntulauf til skrauts

LEIÐBEININGAR:

a) Skolið jarðarberin og skerið toppana af. Holaðu varlega út miðju hvers jarðarbers með því að nota lítinn hníf eða melónukúlu.

b) Blandið saman mjúka rjómaostinum, flórsykri, appelsínubörk og Prosecco í blöndunarskál.

c) Hellið rjómaostablöndunni út í útholuð jarðarber.

d) Skreytið hvert fyllt jarðarber með fersku myntublaði.

e) Geymið í kæli þar til tilbúið er til framreiðslu.

27. Prosecco gúrkubitar

HRÁEFNI:

- 1 stór agúrka, skorin í sneiðar
- 4 aura rjómaostur, mildaður
- 1 matskeið saxað ferskt dill
- 1 matskeið Prosecco
- Reyktur lax (valfrjálst)
- Sítrónubörkur til skrauts

LEIÐBEININGAR:

a) Blandið mjúka rjómaostinum, söxuðu dilli og Prosecco saman í skál þar til það hefur blandast vel saman.
b) Smyrjið litlu magni af rjómaostablöndunni á hverja gúrkusneið.
c) Ef vill, toppið með bita af reyktum laxi.
d) Skreytið með sítrónuberki.
e) Berið gúrkubitana fram sem glæsilegt og frískandi snarl.

28. Prosecco Trail Mix

HRÁEFNI:
- 1 bolli ristaðar möndlur
- 1 bolli þurrkuð trönuber
- 1 bolli hvít súkkulaðibitar
- ¼ bolli appelsínubörkur
- 2 matskeiðar Prosecco

LEIÐBEININGAR:

a) Blandaðu saman ristuðu möndlunum, þurrkuðum trönuberjum og hvítum súkkulaðiflögum í stóra skál.

b) Blandið saman appelsínuberkninum og Prosecco í sérstakri lítilli skál til að mynda gljáa.

c) Dreypið appelsínugljáanum yfir slóðblönduna og hrærið til að hún hjúpist jafnt.

d) Dreifið slóðblöndunni á bökunarplötu og leyfið henni að stífna.

e) Geymið í loftþéttum umbúðum fyrir bragðgott og eftirlátssamt snarl.

29. Prosecco orkubitar

HRÁEFNI:

- 1 bolli gamaldags hafrar
- ½ bolli möndlusmjör
- ⅓ bolli hunang
- ¼ bolli malað hörfræ
- ¼ bolli saxaðar þurrkaðar apríkósur
- ¼ bolli söxuð þurrkuð trönuber
- ¼ bolli rifinn kókos
- 1 matskeið appelsínubörkur
- 2 matskeiðar Prosecco

LEIÐBEININGAR:

a) Blandið saman höfrum, möndlusmjöri, hunangi, möluðu hörfræi, þurrkuðum apríkósum, þurrkuðum trönuberjum, rifnum kókos og appelsínubörk í stóra blöndunarskál.

b) Dreypið Prosecco yfir blönduna og hrærið þar til það hefur blandast vel saman.

c) Rúllið blöndunni í litlar kúlur og leggið þær á bökunarplötu klædda bökunarpappír.

d) Geymið orkubitana í kæli í að minnsta kosti 30 mínútur til að stífna.

e) Geymið orkubitana í kæliskápnum til að fá fljótlegt og hollt snarl.

AÐALRÉTTUR

30. Prosecco risotto með rækjum

HRÁEFNI:

- 1 pund rækja, afhýdd og afveguð
- 1 bolli Arborio hrísgrjón
- 3 bollar grænmetissoð
- 1 bolli Prosecco
- ½ bolli rifinn parmesanostur
- 1 matskeið smjör
- 1 skalottlaukur, smátt saxaður
- 2 hvítlauksrif, söxuð
- Salt og pipar eftir smekk
- Fersk steinselja til skrauts

LEIÐBEININGAR:

a) Bræðið smjörið við meðalhita í stórri pönnu.

b) Bætið skalottlauknum og hvítlauknum á pönnuna og eldið þar til það er mjúkt.

c) Bætið Arborio hrísgrjónunum á pönnuna og hrærið til að hjúpa með smjörinu.

d) Hellið Prosecco út í og eldið þar til hrísgrjónin taka í sig það.

e) Bætið grænmetissoðinu smám saman út í, um það bil ½ bolli á klukkutíma, hrærið stöðugt þar til hver viðbót hefur frásogast áður en meira er bætt við.

f) Haltu áfram þessu ferli þar til hrísgrjónin eru soðin al dente og hafa rjómalöguð samkvæmni.

g) Hrærið rifnum parmesanosti út í og kryddið með salti og pipar eftir smekk.

h) Í sérstakri pönnu, eldið rækjurnar þar til þær eru bleikar og eldaðar í gegn.

i) Berið Prosecco risottoið fram í skálum, toppað með soðnu rækjunni og skreytt með ferskri steinselju.

31. Prosecco Chicken Piccata

HRÁEFNI:
- 4 beinlausar, roðlausar kjúklingabringur
- ½ bolli alhliða hveiti
- Salt og pipar eftir smekk
- 2 matskeiðar ólífuolía
- 2 hvítlauksrif, söxuð
- ½ bolli Prosecco
- ½ bolli kjúklingasoð
- 2 matskeiðar kapers
- Safi úr 1 sítrónu
- 2 matskeiðar smjör
- Fersk steinselja til skrauts

LEIÐBEININGAR:
a) Kryddið kjúklingabringurnar með salti og pipar.
b) Blandið hveitinu saman við salti og pipar í grunnu fati.
c) Dýptu kjúklingabringurnar í hveitiblöndunni og hristu umfram allt af.
d) Hitið ólífuolíuna yfir miðlungshita í stórri pönnu.
e) Bætið kjúklingabringunum á pönnuna og eldið þar til þær eru gullinbrúnar á báðum hliðum og eldaðar í gegn.
f) Takið kjúklinginn af pönnunni og setjið til hliðar.
g) Í sömu pönnu, bætið hakkaðri hvítlauknum út í og eldið í um það bil 1 mínútu.
h) Hellið Prosecco og kjúklingasoðinu út í, skafið botninn á pönnunni til að losa um brúna bita.
i) Hrærið kapers og sítrónusafa saman við.
j) Látið suðuna koma upp og sjóðið í nokkrar mínútur til að draga úr og þykkna aðeins.
k) Hrærið smjörið út í þar til það hefur bráðnað og blandað í sósuna.

l) Settu kjúklingabringurnar aftur á pönnuna og klæddu þær með sósunni.

m) Skreytið með ferskri steinselju og berið fram Prosecco kjúklingapikata með meðlæti að eigin vali.

32. Lax með ristuðum fræjum og prosecco

HRÁEFNI:

- 4 laxaflök
- Salt og pipar, tveggja bragða
- 2 matskeiðar ólífuolía
- 2 matskeiðar blandað fræ (eins og sesam, grasker eða sólblómaolía)
- 1 bolli Prosecco eða hvaða freyðivín sem er
- 1 bolli þungur rjómi
- 2 matskeiðar ferskt dill, saxað
- 1 sítróna, sneið (til skrauts)

LEIÐBEININGAR:

a) Kryddið laxaflökin með salti og pipar á báðum hliðum.

b) Hitið ólífuolíuna á stórri pönnu yfir meðalhita. Bætið laxaflökunum saman við með skinnhliðinni niður og eldið í um 4-5 mínútur þar til hýðið er stökkt og brúnt. Snúið flökunum við og eldið í 3-4 mínútur til viðbótar, eða þar til laxinn er soðinn að því stigi sem þú vilt. Takið laxinn af pönnunni og setjið til hliðar.

c) Í sömu pönnu, bætið blönduðu fræjunum út í og ristið þau við meðalhita í um 2-3 mínútur þar til þau verða ilmandi og örlítið gullin. Fjarlægðu fræin af pönnunni og settu til hliðar.

d) Afgljáðu pönnunni með því að bæta við Prosecco, skafa botninn á pönnunni til að losa um brúna bita. Leyfðu Prosecco að malla í nokkrar mínútur þar til það minnkar aðeins.

e) Hrærið þungum rjómanum út í og haltu áfram að malla sósuna í um 5 mínútur þar til hún þykknar aðeins. Kryddið með salti og pipar eftir smekk.

f) Setjið laxaflökin aftur á pönnuna og eldið í 2-3 mínútur til viðbótar, leyfið þeim að hitna í gegn og draga í sig smá af sósunni.

g) Stráið ristuðum fræjum og söxuðu dilli yfir laxaflökin.

h) Berið laxinn fram með Prosecco sósunni á einstaka diska. Skreytið með sítrónusneiðum.

i) Njóttu dýrindis laxsins með ristuðum fræjum og Prosecco sósu!

33. Prosecco Bolognese Pasta

HRÁEFNI:
- 1 pund nautahakk
- 1 laukur, smátt saxaður
- 2 hvítlauksrif, söxuð
- ½ bolli Prosecco
- 1 dós (14 aura) niðursoðnir tómatar
- ¼ bolli tómatmauk
- 1 tsk þurrkað oregano
- 1 tsk þurrkuð basil
- Salt og pipar eftir smekk
- ¼ bolli þungur rjómi
- Soðið pasta að eigin vali (svo sem spaghetti eða fettuccine)
- Rifinn parmesanostur til framreiðslu
- Fersk basilíkublöð til skrauts

LEIÐBEININGAR:
a) Í stórri pönnu, eldið nautahakkið við miðlungshita þar til það er brúnt.
b) Bætið söxuðum lauknum og söxuðum hvítlauk á pönnuna og eldið þar til það er mjúkt.
c) Hellið Prosecco út í og eldið í nokkrar mínútur til að leyfa áfenginu að gufa upp.
d) Hrærið muldum tómötum, tómatmauki, þurrkuðu oregano og þurrkuðu basilíku saman við.
e) Kryddið með salti og pipar eftir smekk.
f) Sjóðið sósuna í um 20-30 mínútur til að leyfa bragðinu að þróast.
g) Hrærið þungum rjómanum út í og eldið í 5 mínútur til viðbótar.
h) Berið Prosecco Bolognese sósuna fram yfir soðnu pasta.

i) Stráið rifnum parmesanosti yfir og skreytið með ferskum basilíkulaufum.

34. Prosecco sveppirisotto

HRÁEFNI:
- 1 bolli Arborio hrísgrjón
- 4 bollar grænmetissoð
- 1 bolli Prosecco
- 2 matskeiðar ólífuolía
- 1 laukur, smátt saxaður
- 8 aura sveppir, sneiddir
- 2 hvítlauksrif, söxuð
- ¼ bolli rifinn parmesanostur
- Salt og pipar eftir smekk
- Fersk steinselja til skrauts

LEIÐBEININGAR:
a) Hitið grænmetissoðið og Prosecco við meðalhita í potti þar til það er heitt.
b) Hitið ólífuolíuna yfir miðlungshita í sérstakri stórri pönnu.
c) Bætið söxuðum lauknum á pönnuna og eldið þar til hann er mjúkur.
d) Hrærið sneiðum sveppunum og söxuðum hvítlauk saman við og eldið þar til sveppirnir eru mjúkir og aðeins brúnaðir.
e) Bætið Arborio hrísgrjónunum á pönnuna og hrærið til að hjúpa kornin með sveppablöndunni.
f) Bætið heitu grænmetissoðblöndunni smám saman út í, um ½ bolli í einu, hrærið stöðugt þar til hver viðbót hefur frásogast áður en meira er bætt við.
g) Haltu áfram þessu ferli þar til hrísgrjónin eru soðin al dente og hafa rjómalöguð samkvæmni.
h) Hrærið rifnum parmesanosti út í og kryddið með salti og pipar eftir smekk.

i) Skreytið með ferskri steinselju og berið fram Prosecco svepparisotto sem yndislegan aðalrétt.

35. Kjúklingur með Pomodoro og Prosecco sósu

HRÁEFNI:
- 4 beinlausar, roðlausar kjúklingabringur
- Salt og pipar, tveggja bragða
- 2 matskeiðar ólífuolía
- 1 lítill laukur, smátt saxaður
- 3 hvítlauksrif, söxuð
- 1 dós (14 únsur) sneiddir tómatar
- ½ bolli Prosecco eða hvaða freyðivín sem er
- ¼ bolli tómatmauk
- 1 tsk þurrkuð basil
- 1 tsk þurrkað oregano
- ½ tsk sykur
- ¼ tsk rauðar piparflögur (valfrjálst, fyrir smá hita)
- Fersk basilíkublöð, til skrauts
- Rifinn parmesanostur, til framreiðslu

LEIÐBEININGAR:
a) Kryddið kjúklingabringurnar með salti og pipar á báðum hliðum.

b) Hitið ólífuolíuna á stórri pönnu við meðalháan hita. Bætið kjúklingabringunum út í og steikið í um 5-6 mínútur á hvorri hlið þar til þær eru brúnar og eldaðar í gegn. Takið kjúklinginn af pönnunni og setjið til hliðar.

c) Í sömu pönnu, bætið söxuðum lauknum og hvítlauknum saman við. Steikið í 2-3 mínútur þar til laukurinn verður hálfgagnsær og hvítlaukurinn er ilmandi.

d) Bætið hægelduðum tómötum, Prosecco, tómatmauki, þurrkuðu basilíku, þurrkuðu oregano, sykri og rauðum piparflögum (ef þær eru notaðar) á pönnuna. Hrærið vel til að sameina allt hráefnið.

e) Lækkið hitann í lágan og látið sósuna malla í um 10-15 mínútur, leyfið bragðinu að blandast saman og sósan þykknar aðeins. Kryddið með auka salti og pipar ef þarf.

f) Setjið soðnu kjúklingabringurnar aftur á pönnuna og setjið þær í sósuna. Hellið smá af sósunni yfir kjúklinginn.

g) Haltu áfram að malla kjúklinginn í sósunni í 5 mínútur í viðbót, eða þar til kjúklingurinn er hitinn í gegn.

h) Skreytið kjúklinginn með ferskum basilíkulaufum og stráið rifnum parmesanosti yfir.

i) Berið kjúklinginn fram með Pomodoro og Prosecco sósu yfir pasta, hrísgrjónum eða með skorpubrauði til hliðar.

36. Prosecco Braised Beef Short Ribs

HRÁEFNI:
- 4 nautakjöt stutt rif
- Salt og pipar eftir smekk
- 2 matskeiðar ólífuolía
- 1 laukur, saxaður
- 2 gulrætur, saxaðar
- 2 sellerístilkar, saxaðir
- 4 hvítlauksrif, söxuð
- 2 bollar Prosecco
- 2 bollar nautakraftur
- 2 greinar af fersku timjan
- 2 greinar af fersku rósmaríni
- 1 lárviðarlauf
- Fersk steinselja til skrauts

LEIÐBEININGAR:
a) Forhitið ofninn í 325°F (163°C).
b) Kryddið nautalundirnar með salti og pipar.
c) Hitið ólífuolíuna yfir miðlungs háan hita í stórum hollenskum ofni eða ofnþolnum potti.
d) Brúnið stutt rifin á öllum hliðum, takið þær síðan úr pottinum og setjið til hliðar.
e) Í sama pott, bætið saxuðum lauk, gulrótum, sellerí og hakkaðri hvítlauk út í.
f) Eldið grænmetið þar til það er mjúkt og örlítið karamelliserað.
g) Hellið Prosecco og nautakraftinum út í og látið suðuna koma upp.
h) Bætið brúnuðu stuttu rifjunum aftur í pottinn ásamt kvistum af fersku timjan, rósmarín og lárviðarlaufi.
i) Lokið pottinum með loki og setjið í forhitaðan ofninn.

j) Steikið rifbeinin í ofni í um 2-3 klukkustundir, eða þar til kjötið er meyrt og dettur af beininu.

k) Takið pottinn úr ofninum og fjarlægið umfram fitu af yfirborðinu.

l) Berið Prosecco steiktu nautalundina fram með steikingarvökvanum og skreytið með ferskri steinselju.

37. Prosecco marineraður grillaður kjúklingur

HRÁEFNI:
- 4 beinlausar, roðlausar kjúklingabringur
- 1 bolli Prosecco
- ¼ bolli ólífuolía
- Safi úr 1 sítrónu
- 2 hvítlauksrif, söxuð
- 1 matskeið saxaðar ferskar kryddjurtir (eins og rósmarín, timjan eða steinselja)
- Salt og pipar eftir smekk
- Sítrónubátar til framreiðslu
- Ferskar kryddjurtir til skrauts

LEIÐBEININGAR:
a) Peytið saman Prosecco, ólífuolíu, sítrónusafa, hakkaðan hvítlauk, saxaðar ferskar kryddjurtir, salt og pipar í skál.
b) Setjið kjúklingabringurnar í plastpoka sem hægt er að loka aftur eða grunnt fat og hellið Prosecco marineringunni yfir þær.
c) Lokaðu pokanum eða hyldu fatið og kældu í að minnsta kosti 1 klukkustund, eða yfir nótt fyrir besta bragðið.
d) Forhitið grillið í meðalháan hita.
e) Fjarlægðu kjúklingabringurnar úr marineringunni og láttu umfram marinering leka af.
f) Grillið kjúklinginn í um 6-8 mínútur á hlið, eða þar til hann er eldaður í gegn og ekki lengur bleikur í miðjunni.
g) Takið kjúklinginn af grillinu og leyfið honum að hvíla í nokkrar mínútur.
h) Berið fram Prosecco marineraða grillaða kjúklinginn með sítrónubátum og skreytið með ferskum kryddjurtum.

EFTIRLITUR

38. Prosecco kaka

HRÁEFNI:
FYRIR Kökuna:
- 2 ½ bollar alhliða hveiti
- 2 ½ tsk lyftiduft
- ½ tsk salt
- 1 bolli ósaltað smjör, mildað
- 2 bollar kornsykur
- 4 stór egg
- 1 tsk vanilluþykkni
- 1 bolli Prosecco (freyðivín)
- ¼ bolli mjólk

FYRIR PROSECCO SMJÖRkremið:
- 1 ½ bolli ósaltað smjör, mildað
- 4 bollar flórsykur
- ¼ bolli Prosecco (freyðivín)
- 1 tsk vanilluþykkni

VALFRJÁLS skreyting:
- Ætar perlur
- Fersk ber
- Freyðisykur

LEIÐBEININGAR:
FYRIR Kökuna:
a) Forhitaðu ofninn þinn í 180°C (350°F) og smyrjið og hveiti tvö 9 tommu kringlótt kökuform.

b) Hrærið saman hveiti, lyftidufti og salti í meðalstórri skál. Setja til hliðar.

c) Í stórri hrærivélarskál, kremið saman mjúka smjörið og strásykurinn þar til það er létt og ljóst.

d) Bætið eggjunum út í, einu í einu, þeytið vel eftir hverja viðbót. Hrærið vanilludropa út í.

e) Bætið þurrefnunum smám saman út í smjörblönduna, til skiptis með Prosecco, byrjið og endar með þurrefnunum. Blandið þar til það er bara blandað saman.
f) Hrærið mjólkinni saman við og blandið þar til deigið er slétt.
g) Skiptið deiginu jafnt á milli tilbúnu kökuformanna, sléttið toppana með spaða.
h) Bakið í forhituðum ofni í um það bil 25-30 mínútur eða þar til tannstöngull sem stungið er í miðjuna á kökunum kemur hreinn út.
i) Takið kökurnar úr ofninum og látið þær kólna í formunum í 10 mínútur. Færðu þá síðan yfir á vírgrind til að kólna alveg.

FYRIR PROSECCO SMJÖRkremið:
j) Þeytið mjúka smjörið í stóra blöndunarskál þar til það er rjómakennt og slétt.
k) Bætið flórsykrinum smám saman út í, einum bolla í einu, þeytið vel eftir hverja viðbót.
l) Hrærið Prosecco og vanilluþykkni saman við og þeytið áfram þar til frostið er orðið létt og loftkennt.

SAMSETNING:
m) Settu eitt kökulag á disk eða kökustand. Dreifið ríkulegu magni af Prosecco smjörkremi jafnt yfir.
n) Settu annað kökulagið ofan á og frostið alla kökuna með afganginum af Prosecco smjörkreminu, notaðu spaða eða kökusléttara til að fá slétt áferð.
o) Valfrjálst: Skreytið kökuna með ætum perlum, ferskum berjum eða stráið af glitrandi sykri fyrir aukinn glæsileika og sjónræna aðdráttarafl.
p) Skerið og berið Prosecco kökuna fram og njótið viðkvæmra bragðanna og hátíðarbragðsins af Prosecco.

39. Prosecco ostafondú

HRÁEFNI:
- 1 bolli rifinn Gruyere ostur
- 1 bolli rifinn Emmental ostur
- 1 matskeið maíssterkju
- 1 bolli Prosecco
- 1 hvítlauksgeiri, saxaður
- 1 matskeið sítrónusafi
- Nýmalaður svartur pipar
- Ýmsar dýfur (eins og brauðteningar, eplasneiðar eða grænmeti)

LEIÐBEININGAR:
a) Í skál, blandaðu rifnum Gruyere og Emmental osti með maíssterkju þar til það er húðað.
b) Í fondue potti eða potti, hitið Prosecco við miðlungshita þar til það er heitt en ekki sjóðandi.
c) Bætið rifnum ostablöndunni smám saman út í heitt Prosecco, hrærið stöðugt þar til bráðið og slétt.
d) Hrærið söxuðum hvítlauk og sítrónusafa saman við.
e) Kryddið með nýmöluðum svörtum pipar eftir smekk.
f) Flyttu Prosecco ostafondúið yfir í fondúpott til að halda því heitu.
g) Berið fram með ýmsum dýfingum fyrir skemmtilegt og gagnvirkt snakk með Prosecco.

40. Prosecco Granita

HRÁEFNI:

- 2 bollar Prosecco
- ¼ bolli sykur
- Safi úr 1 sítrónu
- Fersk myntulauf til skrauts

LEIÐBEININGAR:

a) Hitið Prosecco og sykurinn í potti yfir meðalhita þar til sykurinn leysist upp.

b) Takið pottinn af hellunni og hrærið sítrónusafanum saman við.

c) Hellið Prosecco blöndunni í grunnt, frystiþolið fat.

d) Setjið réttinn í frysti og látið standa í um það bil 1 klst.

e) Eftir 1 klukkustund, notaðu gaffal til að skafa og fluffa hluta frosna blönduna.

f) Setjið réttinn aftur í frysti og endurtakið skafaferlið á 30 mínútna fresti í um 3-4 klukkustundir þar til granítan hefur dúnkennda og ískalda áferð.

g) Berið Prosecco granítuna fram í eftirréttarskálum eða glösum, skreytt með fersku myntulaufi fyrir svalandi og frískandi skemmtun.

41. Peach og Prosecco Pavlova

HRÁEFNI:

- 4 eggjahvítur
- 1 bolli flórsykur
- 1 tsk hvítt edik
- 1 tsk maíssterkju
- 1 bolli þeyttur rjómi
- 2 þroskaðar ferskjur, sneiddar
- ½ bolli Prosecco

LEIÐBEININGAR:

a) Forhitið ofninn í 300°F (150°C). Klæðið bökunarplötu með bökunarpappír.

b) Þeytið eggjahvítur þar til stífir toppar myndast. Bætið sykri smám saman út í, einni matskeið í einu, þeytið vel eftir hverja viðbót.

c) Bætið við ediki og maíssterkju og þeytið þar til það er bara blandað saman.

d) Helltu blöndunni á tilbúna bökunarplötuna til að mynda 8 tommu (20 cm) hring.

e) Notaðu spaða til að búa til brunn í miðju pavlova.

f) Bakið í 1 klukkustund eða þar til pavlova er stökk að utan og mjúk að innan.

g) Svolítið kaldur alveg.

h) Smyrjið þeyttum rjóma ofan á pavlovana. Bætið sneiðum ferskjum út í og dreypið Prosecco yfir.

42. Champagne panna cotta með berjum

HRÁEFNI:
VANILLA PANNA COTTA
- 1 ¼ bolli hálft og hálft
- 1 ¾ bolli þungur rjómi
- 2 tsk óbragðbætt gelatín
- 45 grömm af strásykri
- Klípa af salti
- 1 ½ tsk vanilluþykkni

FREIÐAVÍNJELÍ
- 2 bollar kampavín, Prosecco eða freyðivín
- 2 tsk gelatín
- 4 tsk kornsykur

LEIÐBEININGAR:
VANILLA PANNA COTTA

a) Setjið 2 matskeiðar af helmingnum og helmingnum í lítinn bolla og stráið matarlíminu jafnt yfir til að blómstra.

b) Setjið afganginn af mjólkinni, sykri og salti í pott á lágum hita en látið það ekki sjóða. Ef það gerist skaltu taka það strax af hitanum. Fylgstu stöðugt með því þar sem það getur ofsjóðað mjög hratt.

c) Hrærið þar til sykurinn er alveg uppleystur.

d) Bætið rjómanum út í og hrærið þar til það hefur verið að fullu tekið upp.

e) Peytið blómstrandi gelatíníð út í. Ekki láta sjóða.

f) Takið af hitanum.

g) Bætið vanilluþykkni út í.

h) Hrærið varlega þar til blandan hefur náð stofuhita.

i) Hellið blöndunni í skotglös eða há flautuglös. Áður en hellt er í hvert nýtt glas skaltu hræra varlega í blöndunni til að koma í veg fyrir að hún skilji sig.

j) Setjið í loftþétt ílát inn í ísskáp til að stífna áður en kampavínshlaup er bætt ofan á. Um það bil 2-4 klst.

FREIÐAVÍNJELÍ

k) Setjið 2 matskeiðar af freyðivíni í bolla og stráið gelatíni yfir til að blómstra.

l) Setjið sykur og Prosecco á litla pönnu og hitið við vægan hita.

m) Þegar sykurinn er uppleystur, bætið blómstrandi gelatíni út í á meðan þeytt er. Ekki láta sjóða.

n) Þegar það hefur kólnað niður í stofuhita. Hellið ofan á sett panna cotta. Hrærið varlega í blöndunni áður en henni er hellt í hvert glas.

o) Þegar hlaupið hefur sest, rétt áður en það er borið fram, skaltu setja nokkur ber að eigin vali varlega ofan á. Fylltu restina af glasinu með kampavíni. Snúðu glasinu í kringum til að safinn af berjunum komi út. Flautuglerið mun nú hafa þrjú mismunandi litalög.

43. Jarðarberja kampavínssorbet

HRÁEFNI:
- 4 bollar fersk jarðarber, þvegin og afhýdd
- 1 ½ bolli kampavín eða prosecco
- ⅓ bolli kornsykur

LEIÐBEININGAR:
a) Bætið öllu hráefninu í blandara og blandið þar til slétt.

b) Færið blönduna yfir í ísvél og hrærið í samræmi við leiðbeiningar framleiðanda.

c) Borðaðu strax eða settu í frystiþolið ílát til að kæla þar til það er stíft.

44. Strawberry & Prosecco Pate de Fruit

Hráefni:

- 2 bollar kornsykur
- ¾ bolli jarðarberjamauk
- 1-¼ bollar ósykrað eplamósa
- 1 tsk sítrónusafi
- 4 tsk duftformað pektín
- 4-½ tsk prosecco

LEIÐBEININGAR:

a) Klæddu 8 x 8 tommu fermetra pönnu með tveimur þversum stykki af smjörpappír. Mér finnst hjálplegt að nota þvottaspennur til að tryggja að pappírinn haldist fastur.

b) Blandið saman sykri, jarðarberjamauki, eplasósu, sítrónusafa og pektíni í djúpum 3 lítra potti.

c) Látið suðuna koma upp við meðalhita og hrærið oft með hitaþolnum spaða eða tréskeið.

d) Þegar blandan hefur soðið í um það bil 10 mínútur skaltu festa sælgætishitamæli varlega. Á þessum tímapunkti viltu hræra stöðugt til að koma í veg fyrir að botninn á pönnunni brenni.

e) Eldið þar til hitamælirinn nær 225F. Slökkvið á hitanum og hrærið rauðvíninu saman við.

f) Slökkvið á hitanum og hrærið rauðvíninu út í og hellið síðan sírópinu strax á tilbúna pönnu.

g) Látið sitja í 4-8 klukkustundir þar til sést.

h) Stráið strásykri á skurðarbretti ríkulega og snúið síðan pate de ávöxtunum út á skurðbrettið.

i) Fjarlægðu smjörpappírinn varlega af. Hann verður klístur, svo vinnið úr einu horni og afhýðið hægt.

j) Notaðu stóran beittan hníf, skera nammið í einn tommu ræmur og síðan einn tommu bita. Þú verður að þvo og þurrka hnífinn á milli skurða.
k) Dýptu pate de fruit ferningana í meiri sykur.
l) Geymið í loftþéttu íláti með smjörpappír á milli laga.

45. Prosecco Vodka vínber

Hráefni:

- 16 aura af frælausum rauðum vínberjum
- 16 aura frælaus græn vínber
- 750ml prosecco
- 6 aura af vodka
- ⅓ bolli kornsykur

LEIÐBEININGAR:

a) Þvoið og þurrkið vínber og bætið síðan í stóra skál.

b) Hellið Prosecco og vodka ofan á vínberin og geymið í kæli yfir nótt.

c) Síið og þerrið vínber létt með pappírsþurrku og skilur þær eftir gufu. Athugið: að klæða bökunarplötu með pappírshandklæði og rugga þeim fram og til baka er fljótleg leið til að þurrka þær létt.

d) Smyrjið í jafnt lag á ofnplötu og stráið sykri yfir. Kasta varlega til að húða.

46. Hunang með Prosecco

HRÁEFNI:

- 4 þroskaðar ferskjur, afhýddar, grýttar og skornar í sneiðar
- 1 matskeið sykur
- 1 bolli Prosecco eða hvaða freyðivín sem er
- Fersk myntulauf til skrauts (valfrjálst)
- Vanilluís eða þeyttur rjómi (valfrjálst)

LEIÐBEININGAR:

a) Blandið saman sneiðum ferskjum, sykri og Prosecco í skál. Kasta varlega til að húða ferskjurnar jafnt. Látið blönduna standa í um 10-15 mínútur til að leyfa bragðinu að blandast saman.

b) Skiptið ferskjum og Prosecco blöndunni í framreiðsluskálar eða eftirréttarglös.

c) Ef þess er óskað, toppið ferskjurnar með skeið af vanilluís eða ögn af þeyttum rjóma.

d) Skreytið með fersku myntulaufi, ef vill.

e) Berið ferskjur og Prosecco eftirréttinn fram strax og njóttu yndislegrar samsetningar bragðanna.

47. Bleikur Prosecco gúmmíbjörn bls

Hráefni:
- 200 ml Prosecco
- 100 g sykur
- Nóg gelatín til að setja um það bil fimm sinnum meiri vökva en þú hefur

LEIÐBEININGAR:
a) Hellið Prosecco og sykrinum á pönnu og hitið það varlega á lágum hita þar til sykurinn leysist upp.
b) Bætið gelatínduftinu á pönnuna smátt og smátt og hrærið stöðugt í að hita vökvann mjög, mjög hægt á meðan sykurinn og gelatíníð bráðna í Prosecco - því hægar sem þú hitar blönduna, því meira bragð muntu smakka í fullbúnu gúmmíbjörnunum.
c) Þegar það er allt uppleyst, taktu þá pönnuna af hitanum og bætið nokkrum dropum af bleikum matarlit á pönnuna. Hrærið því saman við þar til vökvinn er bleikur - ég gerði eina lotu með þessu og eina án og lotan með matarlitnum leit miklu betur út af einhverjum undarlegum ástæðum.
d) Næst geturðu byrjað að fylla gúmmelaðiformin þín sem er hægara sagt en gert ef þú fékkst ekki mótin sem fylgja sprautunni þar sem þau eru svo pínulítil og flæða auðveldlega yfir ef þú ert að hella vökvanum út í. Mér fannst besta leiðin til þess að nota mæliskeiðarnar mínar - sú minnsta er fullkomin til að fylla í formin.
e) Látið standa í ísskáp í nokkrar klukkustundir - helst yfir nótt.

48. Mimosa ávaxtasalat

HRÁEFNI:
- 3 kíví, afhýdd og skorin í sneiðar
- 1 bolli brómber
- 1 bolli bláber
- 1 bolli jarðarber, skorin í fjórða
- 1 bolli ananas, skorinn í litla bita
- 1 bolli Prosecco, kælt
- ½ bolli nýkreistur appelsínusafi
- 1 matskeið af hunangi
- ½ bolli fersk mynta

LEIÐBEININGAR:
a) Blandið öllum ávöxtum saman í stóra skál.
b) Hellið Prosecco, appelsínusafa og hunangi yfir ávextina og blandið varlega saman.
c) Skreytið með myntu og berið fram.

49. Prosecco makarónur

HRÁEFNI:
FYRIR FYLLINGU:
- ½ bolli þungur rjómi, skipt
- ½ bolli Prosecco
- 2 matskeiðar maíssterkju
- 2 matskeiðar kornsykur
- 1 heilt egg
- 2 eggjarauður
- 2 matskeiðar ósaltað smjör
- 1 tsk vanilluþykkni

FYRIR MAKARONSKEJAR:
- 100 grömm af möndlumjöli
- 1 bolli flórsykur
- börkur af einni appelsínu
- 3 eggjahvítur
- ⅛ teskeið rjóma af vínsteini
- ¼ bolli + 2 tsk ofurfínn sykur
- Rósableikur og sítrónugulur gelmauk matarlitur (valfrjálst)

LEIÐBEININGAR:
GERÐU FYLLINGuna:
a) Í skál skaltu sameina ¼ bolla af rjóma með maíssterkju, eggjarauðu og heilu eggi; setja til hliðar.

b) Blandið saman rjómanum, Prosecco og kornsykri í litlum potti og setjið það yfir meðalhita.

c) Þegar blandan byrjar að malla bætið þá þriðjungi af henni út í eggjablönduna og hrærið kröftuglega.

d) Hellið hituðu eggjablöndunni aftur í pottinn og eldið við vægan hita þar til hún þykknar.

e) Takið af hitanum og hrærið ósaltuðu smjörinu og vanilluþykkni saman við.

f) Sigtið blönduna í gegnum fínmöskva sig í hitaþolna skál, hyljið yfirborðið með plastfilmu og kælið í kæli.

GERÐU MAKARONSKEJAR:

g) Sigtið möndlumjölið og flórsykurinn saman, fargið stórum bitum og bætið appelsínuberknum út í blönduna.

h) Þeytið eggjahvíturnar í sérstakri skál þar til þær eru froðukenndar, bætið síðan vínsteinsrjómanum út í og haldið áfram að þeyta þar til mjúkir toppar myndast.

i) Bætið ofurfína sykrinum rólega út í á meðan haldið er áfram að þeyta eggjahvíturnar.

j) Litaðu blönduna með rósbleikum og sítrónugulum gelmauk matarlit ef vill.

k) Þeytið blönduna þar til stífum toppum er náð.

l) Blandið möndlublöndunni varlega saman við þeyttu eggjahvíturnar þar til deigið dettur úr spaðanum í langri borði.

m) Flyttu deigið í pípupoka með litlum kringlóttum þjórfé og settu eins tommu þvermál umferðir á bökunarpappírsklædda ofnplötu.

n) Forhitið ofninn í 375 gráður F (190 gráður C).

o) Látið makrónuskeljarnar þorna og mynda þunna himnu/húð í um 20-30 mínútur.

p) Minnkaðu ofnhitann í 325 gráður F (163 gráður C) og bakaðu makkarónuskeljarnar í 12-15 mínútur.

q) Kælið skeljarnar á bökunarplötunni.

SAMLAÐU MAKARONNUM:

r) Þegar skeljarnar eru kældar skaltu setja um það bil tvær teskeiðar af kældu fyllingunni á helming skeljanna.

s) Smurðu fyllingunni saman við skeljarnar sem eftir eru.

50. Prosecco is

HRÁEFNI:

- 2 bollar + 2 matskeiðar nýmjólk
- 1 ¼ bolli þungur rjómi
- 2 matskeiðar maíssíróp
- ½ bolli hvítur kornsykur
- 1 tsk kosher salt
- 1 ½ msk maíssterkja
- 1 tsk vanilluþykkni
- ½ tsk appelsínuþykkni
- 2 matskeiðar appelsínubörkur
- ⅓ bolli Prosecco

LEIÐBEININGAR:

a) Í 4 lítra potti, þeytið 2 bolla af mjólk, þungum rjóma, maíssírópi, sykri og salti. Látið suðu koma upp við meðalhita. Fylgist vel með og þeytið oft.

b) Í sérstakri skál, þeytið saman maíssterkju og 2 matskeiðar af mjólk þar til slétt er. Stillt við pottinn.

c) Þegar suðan er komin upp í blandan, þeytið þá til að tryggja að allur sykurinn leysist upp. Leyfið blöndunni að sjóða rólega í 2 mínútur. Takið síðan af hitanum og blandið maíssterkjublöndunni út í. Hitið aftur og þeytið þar til blandan er að freyða í gegn.

d) Takið af hitanum og hrærið vanillu, appelsínuþykkni og appelsínubörk saman við. Látið kólna að stofuhita, í um það bil 20 mínútur. Hellið síðan í loftþétt ílát í gegnum sigti til að fjarlægja kekki og hýði.

e) Kældu í að minnsta kosti 6 klst.

f) Þegar ísbotninn hefur kólnað skaltu taka hann úr kæli og hella honum í ísvélina. Bætið Prosecco ofan á ísbotninn.

g) Fylgdu leiðbeiningunum með framleiðanda þínum þar sem þær geta verið mismunandi eftir framleiðanda. Stingið spöðunni í og hrærið þar til það er þykkt. Með KitchenAid ís viðhengi tekur þetta um 25-30 mínútur.

h) Þegar ísinn hefur hrært er hann settur í loftþétt frystiílát. Frystið í 4-6 klukkustundir áður en það er neytt til að tryggja að það sé í góðu þéttleika.

51. Prosecco ávaxtasalat

HRÁEFNI:
- 3 kíví, afhýdd og skorin í sneiðar
- 1 bolli brómber
- 1 bolli bláber
- 1 bolli jarðarber, skorin í fjórða
- 1 bolli ananas, skorinn í litla bita
- 1 bolli Prosecco, kælt
- ½ bolli nýkreistur appelsínusafi
- 1 matskeið af hunangi
- ½ bolli fersk mynta

LEIÐBEININGAR:
d) Blandið öllum ávöxtum saman í stóra skál.
e) Hellið Prosecco, appelsínusafa og hunangi yfir ávextina og blandið varlega saman.
f) Skreytið með myntu og berið fram.

52. Trönuberja -Prosecco morgunverðarkaka

HRÁEFNI:

- Matreiðsluprey
- 1 bolli (2 prik) ósaltað smjör, mildað
- 1 ¾ bollar (350 g) kornsykur, skipt, auk meira til framreiðslu
- 2 matskeiðar fínt rifinn appelsínubörkur
- 2 stór egg
- 2 stórar eggjarauður
- 4 bollar (480 g) kökuhveiti
- 2 ½ tsk lyftiduft
- 1 tsk kosher salt
- ½ tsk matarsódi
- 1 bolli ferskur appelsínusafi (úr um það bil 2 stórum nafla appelsínum)
- ½ bolli grísk jógúrt
- ½ bolli brut Prosecco
- 12 aura af ferskum eða frosnum trönuberjum (um 3 bollar), skipt

Leiðbeiningar:

a) Forhitið ofninn í 350°F (175°C). Smyrðu 13" x 9" bökunarform með eldunarúða. Klæddu pönnuna með bökunarpappír, skildu eftir 2" yfirhang á báðum langhliðum og smyrðu síðan smjörpappírinn með matreiðsluúða.

b) Þeytið mjúka smjörið og 1 ½ bolla af kornsykri á meðalháum hraða í stóru skálinni á hrærivélarvélinni sem er með rófafestingunni (eða í stórri skál með handblöndunartæki) þar til það er létt og loftkennt, um það bil 5 mínútur. Skafið niður hliðarnar á skálinni eftir þörfum. Bætið 1 matskeið af appelsínuberki út í og þeytið á miðlungs-lágum hraða bara þar til blandast saman. Bætið eggjunum og eggjarauðunum saman við, einni í einu, þeytið saman eftir hverja viðbót.

c) Í meðalstórri skál, þeytið saman kökuhveiti, lyftidufti, kosher salti og matarsóda. Bætið helmingnum af þurrefnunum út í smjörblönduna og þeytið á lágum hraða þar til það hefur blandast saman. Bætið ferskum appelsínusafa og grískri jógúrt út í og þeytið á miðlungshraða þar til mestur vökvinn er innifalinn. Bætið brut Prosecco og þurrefnunum sem eftir eru saman við og þeytið á lágum hraða þar til það er bara blandað saman; það er allt í lagi ef það eru nokkrir litlir kekkir. Skafið botninn á skálinni til að tryggja að það séu engir þurrir blettir. Brjótið saman við 2 bolla af trönuberjum.

d) Hellið deiginu í tilbúna pönnuna og stráið hinum 1 bolla af trönuberjum ofan á. Blandið saman $\frac{1}{4}$ bolla af sykri og 1 matskeið af appelsínuberki í lítilli skál. Stráið þessari blöndu ofan á deigið.

e) Bakið kökuna þar til hún er gullinbrún og prófunartæki sem stungið er í miðjuna kemur hreint út, um það bil 50 til 55 mínútur.

f) Leyfið kökunni að kólna og stráið síðan meiri sykri og appelsínubörk yfir áður en hún er borin fram.

53. Klassisk Prosecco kaka

HRÁEFNI:
SVAMPKÖKUR:
- 1 ¼ bollar (250 g) sykur
- 1 ¼ bollar (140 g) alhliða hveiti (00)
- ¾ bolli (120 g) kartöflusterkja
- 8 egg, við stofuhita
- 2 vanillubaunir
- 1 klípa af fínu salti

BÆKISKREM (FYRIR 30 aura / 850 G):
- 5 eggjarauður
- 1 bolli (175 g) sykur
- 2 bollar (500 ml) nýmjólk
- ½ bolli (125 ml) þungur rjómi
- 7 matskeiðar (55 g) maíssterkju
- 1 vanillustöng

CHANTILLY krem:
- ½ bolli (100 ml) þungur rjómi
- 2 ½ matskeiðar (10 g) flórsykur

LÍKÚRSÍRÓP:
- 0,6 bollar (130 g) vatn
- 0,3 bollar (75 g) sykur
- 0,3 bolli (70 g) Grand Marnier líkjör
- Til að skreyta:
- Púðursykur (tvö bragð)

LEIÐBEININGAR:
UNDIRBÚNINGUR SVAMPKÖKTU:
a) Forhitið ofninn í 325°F (160°C) í kyrrstöðu. Smyrjið og hveiti tvö 8" (20 cm) kökuform.

b) Í hrærivél, opnaðu eggin, bætið fræunum af vanillustöngunum út í og klípu af salti og bætið sykrinum

rólega út í. Þeytið á hóflegum hraða í um 15 mínútur þar til eggin þrefaldast að rúmmáli og verða fljótandi og rjómalöguð.
c) Sigtið hveiti og kartöflusterkju saman við. Blandið duftinu varlega saman við eggjablönduna með hreyfingum upp á við með því að nota spaða þar til það er einsleitt.
d) Skiptið deiginu jafnt á milli kökuformanna tveggja. Bakið í forhituðum ofni á neðri hillunni í um 50 mínútur eða þar til tannstöngull kemur hreinn út.
e) Látið kökurnar kólna alveg í formunum áður en þær eru fjarlægðar. Færið síðan yfir á kæligrind til að klára kælingu.
f) Undirbúningur diplómatíska kremsins:
g) Fyrir sætabrauðskremið, hitið mjólk, þungan rjóma og vanillustöng (opnuð) á pönnu þar til það er næstum því að sjóða.
h) Þeytið eggjarauður í sérstakri skál með sykri og vanillufræjum. Sigtið maíssterkjuna út í blönduna og hrærið.
i) Takið vanillustöngina úr mjólkurblöndunni og hellið einni sleif af heitri mjólk rólega út í eggjarauðublönduna og hrærið með þeytara til að leysa upp.
j) Hellið öllu aftur á pönnuna með heitu mjólkinni og eldið við lágan hita, hrærið stöðugt í, þar til það þykknar. Setjið sætabrauðskremið yfir í eldfast mót, setjið plastfilmu yfir og látið kólna alveg.
k) Þeytið ferska rjómann með flórsykri í sérstakri skál þar til hann er vel þeyttur. Bætið skeið af þeyttum rjóma út í kælda sætabrauðskremið og hrærið kröftuglega. Blandið síðan afganginum af þeyttum rjómanum varlega saman við.

Hyljið með plastfilmu og setjið í kæli í um 30 mínútur til að stífna.

UNDIRBÚNING Sírópsins :

l) Blandið vatni, sykri og Grand Marnier líkjör saman í pott. Hitið og hrærið þar til sykurinn hefur bráðnað. Látið sírópið kólna.

Að setja saman kökuna:

m) Skerið ytri skorpuna af báðum svampkökum, skildu aðeins eftir léttari hlutinn til að draga úr sóun.

n) Taktu eina svampköku og skerðu hana í þrjú samræmd lög.

o) Settu fyrsta lagið á disk og vættu það með sírópinu.

p) Dreifið um ¼ af kælda diplómatíska kreminu yfir raka lagið.

q) Endurtaktu með öðru lagi, sírópi og rjóma. Bætið síðan síðasta lagi við og drekkið það með sírópinu sem eftir er.

r) Hyljið toppinn og hliðarnar á kökunni með afganginum af kælda rjómanum.

s) Skerið seinni kökuna í lóðréttar sneiðar og síðan í litla teninga.

t) Setjið svampkökubitana yfir allt yfirborð kökunnar, líka á brúnirnar.

u) Kælið kökuna í nokkra klukkutíma áður en hún er borin fram.

v) Kryddið klassísku Prosecco kökuna með flórsykri áður en hún er borin fram.

GEYMSLA:

w) Samsetta Prosecco kökuna má geyma í ísskáp í allt að 3-4 daga. Svampkakan ein og sér má geyma í 2 daga pakkaða inn í plastfilmu eða frysta í allt að 1 mánuð. Einnig má geyma kremið í 2-3 daga í ísskáp.

54. Prosecco bollakökur

HRÁEFNI:

- 1 kassi vanillukökublanda
- 1 ¼ bolli Prosecco, skipt
- ⅓ bolli jurtaolía
- 3 stór egg
- 2 tsk appelsínubörkur, skipt
- 1 bolli (2 prik) smjör, mildað
- 4 bollar flórsykur
- 1 tsk hreint vanilluþykkni
- Klípa af kosher salti
- Gullslípandi sykur
- Appelsínubátar, til skrauts

LEIÐBEININGAR:

a) Forhitið ofninn í 350°F og klæddu tvær bollakökuformar með bollakökufóðri.

b) Blandið vanillukökublöndunni saman við 1 bolla af Prosecco, jurtaolíu, eggjum og 1 teskeið af appelsínuberki í stórri skál.

c) Bakið bollurnar samkvæmt leiðbeiningum á pakka.

d) Látið bollurnar kólna alveg áður en þær eru settar í frost.

e) Á meðan, undirbúið Prosecco-frostið: Þeytið mjúkt smjörið í stórri skál með handþeytara þar til það er létt og loftkennt.

f) Bætið 3 bollum af flórsykri út í og þeytið þar til engir kekkir eru eftir.

g) Blandið út í ¼ bolla af Prosecco, hreinu vanilluþykkni, teskeiðinni af appelsínuberki og klípu af salti. Þeytið þar til það hefur blandast vel saman.

h) Bætið hinum 1 bolla af flórsykri út í og þeytið þar til frostið er létt og loftkennt.
i) Frostið kældar bollakökur með offsetspaða.
j) Skreytið hverja bollu með gullslípandi sykri og litlum appelsínubát.

55. Blóðappelsín Prosecco kaka

HRÁEFNI:
- 1 ½ bollar (3 prik) ósaltað smjör, stofuhita
- 2 ¾ bollar kornsykur
- 5 stór egg, stofuhita
- 3 bollar sigtað kökuhveiti
- ½ tsk salt
- 1 bolli bleikur Moscato eða Prosecco
- 3 matskeiðar appelsínubörkur
- 1 matskeið hreint vanilluþykkni

EINFALT SÍRÓP:
- ½ bolli bleikur Moscato eða Prosecco
- ½ bolli kornsykur
- ¼ bolli ferskur blóð-appelsínusafi

APPELSINS GLÁR:
- 1 ½ bolli konfektsykur
- 3 matskeiðar ferskur blóð-appelsínusafi

LEIÐBEININGAR:

a) Forhitið ofninn í 315 gráður F. Úðið 10 bolla Bundt pönnu með nonstick bökunarúða.

b) Blandið sykrinum saman við appelsínubörkinn í skálinni með hrærivél. Nuddið börkinn inn í sykurinn þar til hann er ilmandi.

c) Bætið smjöri og salti í skálina og rjóma ásamt sykri. Þeytið á meðalhátt í 7 mínútur þar til smjörið er fölgult og loftkennt.

d) Bætið eggjunum út í einu í einu, blandið vel saman eftir hverja viðbót og skafið niður hliðarnar á skálinni eftir þörfum.

e) Minnkaðu hraðann í lágan og bættu hveitinu rólega út í í tveimur lotum, blandaðu þar til það hefur blandast saman. Ekki ofblanda.

f) Hellið Moscato og blandið þar til það er bara blandað saman.

g) Hellið deiginu í tilbúið form og bakið í 70-80 mínútur, eða þar til tannstöngull sem stungið er í miðju kökunnar kemur hreinn út.

h) Látið kökuna kólna á forminu í að minnsta kosti 10 mínútur áður en henni er hvolft á framreiðsludisk. Kólnar aðeins niður í stofuhita.

Fyrir einfalt síróp:

i) Blandið öllu hráefninu saman í litlum potti sem er stilltur á meðalhita og eldið við meðalháan hita.

j) Minnkaðu blönduna um þriðjung þar til hún þykknar, um það bil 5 mínútur.

k) Taktu af hitanum og láttu það kólna alveg.

FYRIR GLÍAN:

l) Í lítilli skál, þeytið saman allt hráefnið þar til það er hellt.

m) Til að setja saman kökuna:

n) Stingdu göt um alla kældu kökuna með teini eða gaffli.

o) Hellið einfalda sírópinu yfir kökuna svo hún gleypist. Endurtaktu ef þess er óskað.

p) Dreypið loks gljáanum yfir kökuna og látið hefast í 10 mínútur.

q) Njóttu þessarar yndislegu Blood Orange Prosecco köku, fullkomin fyrir hátíðahöld eða sérstakt tilefni!

56. Prosecco Mousse

HRÁEFNI:

- 1 bolli þungur rjómi
- ¼ bolli flórsykur
- ¼ bolli Prosecco
- ¼ bolli ferskur appelsínusafi
- 1 matskeið appelsínubörkur
- Ferskir appelsínuhlutar til skrauts

LEIÐBEININGAR:

a) Þeytið þungan rjómann í kældri blöndunarskál þar til mjúkir toppar myndast.

b) Bætið flórsykrinum, Prosecco og ferskum appelsínusafa smám saman út í þeytta rjómann á meðan haldið er áfram að þeyta.

c) Blandið appelsínuberkinum varlega saman við.

d) Flyttu Prosecco-músinni yfir í glös eða skálar.

e) Geymið í kæli í að minnsta kosti 2 klukkustundir til að stífna.

f) Skreytið hvern skammt með ferskum appelsínubitum áður en hann er borinn fram.

57. Prosecco ostakökustangir

HRÁEFNI:
FYRIR SKORPAN:
- 1 ½ bolli graham cracker mola
- ¼ bolli kornsykur
- ½ bolli ósaltað smjör, brætt

FYRIR ostakökufyllinguna:
- 16 aura rjómaostur, mildaður
- 1 bolli kornsykur
- ¼ bolli sýrður rjómi
- ¼ bolli Prosecco
- ¼ bolli ferskur appelsínusafi
- 1 matskeið appelsínubörkur
- 3 stór egg
- 1 tsk vanilluþykkni

LEIÐBEININGAR:
a) Forhitaðu ofninn þinn í 325°F (160°C) og klæddu 9x9 tommu bökunarform með bökunarpappír og skildu eftir yfirhang á hliðunum.

b) Í meðalstórri skál, blandaðu saman graham kex molunum, kornsykri og bræddu smjöri.

c) Þrýstið blöndunni í botninn á tilbúnu bökunarforminu til að mynda skorpuna.

d) Þeytið mjúkan rjómaostinn og strásykurinn í stóra hrærivélarskál þar til slétt og rjómakennt.

e) Bætið við sýrða rjómanum, Prosecco, ferskum appelsínusafa og appelsínuberki og hrærið þar til það hefur blandast vel saman.

f) Þeytið eggin út í, eitt í einu, bætið svo vanilluþykkni út í og hrærið þar til það er slétt.

g) Hellið ostakökufyllingunni yfir skorpuna í bökunarforminu.

h) Bakið í forhituðum ofni í 40-45 mínútur eða þar til kantarnir eru stífnir og miðjan er örlítið stökk.

i) Látið ostakökustangirnar kólna alveg á pönnunni, geymið síðan í kæli í að minnsta kosti 4 klukkustundir áður en þær eru skornar í ferninga og borið fram.

58. Prosecco kökurúlla

HRÁEFNI:
FYRIR SVAMPKökuna:
- 4 stór egg, aðskilin
- ¾ bolli kornsykur, skipt
- ¼ bolli Prosecco
- ¼ bolli ferskur appelsínusafi
- 1 matskeið appelsínubörkur
- 1 bolli kökuhveiti
- 1 tsk lyftiduft
- Klípa af salti

FYRIR FYLLINGU:
- 1 bolli þungur rjómi
- ¼ bolli flórsykur
- ¼ bolli Prosecco
- 1 tsk vanilluþykkni
- Ferskir appelsínuhlutar til skrauts
- Púðursykur til að rykhreinsa

LEIÐBEININGAR:
FYRIR SVAMPKökuna:

a) Forhitaðu ofninn þinn í 350 ° F (175 ° C) og smyrðu 10x15 tommu hlauprúllupönnu. Klæddu pönnuna með bökunarpappír, skildu eftir yfirhengi á hliðunum.

b) Í stórri hrærivélarskál, þeytið eggjarauður með ½ bolla af strásykri þar til þær eru léttar og ljósar.

c) Hrærið Prosecco, ferskum appelsínusafa og appelsínuberki saman við þar til það hefur blandast vel saman.

d) Þeytið saman kökuhveiti, lyftidufti og salti í sérstakri skál.

e) Bætið þurrefnunum smám saman við blautu hráefnin og hrærið þar til deigið er slétt.
f) Í annarri hreinni skál, þeytið eggjahvíturnar þar til þær eru froðukenndar, bætið síðan smám saman við ¼ bolla af strásykri sem eftir er af strásykri á meðan haldið er áfram að þeyta.
g) Þeytið eggjahvíturnar þar til stífir toppar myndast.
h) Blandið þeyttu eggjahvítunum varlega saman við kökudeigið þar til þær eru alveg samsettar.
i) Hellið deiginu í tilbúna hlauprúlluformið og dreifið jafnt yfir.
j) Bakið í forhituðum ofni í 12-15 mínútur eða þar til kakan springur aftur þegar snert er létt.
k) Á meðan kakan er enn heit skaltu lyfta henni varlega upp úr forminu með því að nota smjörpappír sem liggur yfir og flytja hana á hreint yfirborð.
l) Rúllaðu heitu kökunni þétt upp, byrjaðu á stutta endanum, notaðu bökunarpappírinn til aðstoðar. Leyfið því að kólna alveg í upprúlluðu formi.

FYRIR FYLLINGU:

m) Þeytið þungan rjómann í kældri blöndunarskál þar til mjúkir toppar myndast.
n) Bætið flórsykrinum, Prosecco og vanilluþykkni smám saman út í þeytta rjómann á meðan haldið er áfram að þeyta.
o) Rúllaðu kældu kökunni varlega út og dreifðu Prosecco rjómafyllingunni jafnt yfir yfirborðið.
p) Rúllaðu kökunni aftur upp, í þetta sinn án smjörpappírs, og færðu hana yfir á disk.
q) Skreytið með ferskum appelsínubitum og stráið flórsykri yfir.

r) Skerið Prosecco kökurúlluna í bita og berið fram.

59. Prosecco íslög

HRÁEFNI:
- 1 bolli ferskur appelsínusafi
- ½ bolli Prosecco
- 2 matskeiðar hunang (stilla eftir smekk)
- Ferskar appelsínusneiðar eða sneiðar

LEIÐBEININGAR:
a) Blandið ferskum appelsínusafa, Prosecco og hunangi saman í skál þar til það hefur blandast vel saman.
b) Settu nokkrar ferskar appelsínusneiðar eða bita í íspásmót.
c) Hellið Prosecco blöndunni yfir appelsínusneiðarnar í ísbolluformunum.
d) Setjið ísspinnar í hvert mót.
e) Frystu íslögin í að minnsta kosti 4 klukkustundir eða þar til þau eru full stíf.
f) Fjarlægðu íslögin varlega úr formunum og njóttu þessa ískalda og frískandi eftirrétt sem innblásinn er af Prosecco.

60. Prosecco Granita

HRÁEFNI:
- ½ bolli Sykur
- 1 ¼ bolli Prosecco
- 1 matskeið lime safi
- 1 bolli nýkreistur appelsínusafi

LEIÐBEININGAR:
a) Peytið saman appelsínusafa og sykur í stórri skál þar til sykurinn er alveg uppleystur.
b) Hrærið Prosecco og limesafa út í og búið til yndislega Prosecco blöndu.
c) Hellið blöndunni í tvær ísmolaplötur og setjið í frysti.
d) Leyfið blöndunni að frysta þar til hún er stíf, sem tekur venjulega að minnsta kosti 2 klst. Til síðari nota er hægt að flytja frosnu teningana í rennilása plastpoka og geyma þá í frysti í allt að 1 viku.
e) Rétt fyrir framreiðslu skaltu taka eitt lag af frosnum teningum og setja í skál matvinnsluvélar með stálblaði.
f) Blandaðu blöndunni í matvinnsluvélina um það bil 10 eða 12 sinnum, eða þar til það eru engir stórir klabbar eftir, sem skapar fallega graníta áferð.
g) Skelltu Prosecco kristallunum í einstakar skálar, tilbúnar til að snæða og njóta.
h) Ef þig vantar fleiri skammta skaltu endurtaka ferlið með ísmolum sem eftir eru.
i) Berið Prosecco Granita fram strax og njótið frískandi og ávaxtabragðsins.
j) Þessi yndislega graníta er fullkomin skemmtun til að kæla sig niður á heitum dögum eða sem yndisleg leið til að fagna sérstökum augnablikum. Njóttu!'

61. Ferskjur og ber í Prosecco

Hráefni:

- 2 kíló af ferskjum, helst arómatísk hvítholda afbrigði
- 2/3 bolli kornsykur
- 1 1/2 bolli Prosecco eða annað ungt, ávaxtaríkt, þurrt hvítvín
- 1/2 pint hindber
- 1/2 pint bláber
- Börkur af 1 sítrónu

LEIÐBEININGAR:

a) Byrjaðu á því að þvo ferskjurnar, afhýða þær, fjarlægja gryfjurnar og skera þær í um það bil 1/4 tommu þykka bita. Setjið sneiðar ferskjurnar í skál.

b) Bætið strásykrinum og hvítvíninu (Prosecco eða álíka þurru hvítvíni) út í skálina með ferskjunum. Hrærið vandlega til að blanda saman.

c) Þvoið hindberin og bláberin og bætið þeim varlega í skálina ásamt ferskjunum og vínblöndunni.

d) Rífið þunna, gula börkina af hálfri sítrónu, passið að innihalda ekki beiskjuhvítu marina. Bætið sítrónuberkinum í skálina.

e) Blandið innihaldi skálarinnar varlega saman með því að snúa henni nokkrum sinnum.

f) Kælið ávaxtablönduna í að minnsta kosti 1 klukkustund áður en hún er borin fram, eða undirbúið hana fyrirfram, jafnvel strax að morgni þess dags sem þú ætlar að bera hana fram. Njóttu!

62. Prosecco soðnar perur

Hráefni:
- 4 þroskaðar perur
- 1 flaska af Prosecco
- 1 bolli kornsykur
- 1 vanillustöng (klofin og skafin)

LEIÐBEININGAR:
a) Afhýðið perurnar, látið stilkarnir vera ósnortna.
b) Í stórum potti, blandaðu saman Prosecco, sykri og skafa vanillufræjum.
c) Bætið perunum út í pottinn og látið blönduna sjóða rólega.
d) Steikið perurnar í um það bil 20-25 mínútur, eða þar til þær eru mjúkar en ekki mjúkar.
e) Fjarlægðu perurnar og leyfðu þeim að kólna. Haltu áfram að malla rjúpnavökvann þar til hann þykknar í síróp.
f) Berið perurnar fram með ögn af Prosecco sírópinu.

63. Prosecco Berry Parfait

Hráefni:
- 1 bolli blönduð ber (jarðarber, bláber, hindber)
- 1 bolli Prosecco
- 1 bolli grísk jógúrt
- 2 matskeiðar hunang

LEIÐBEININGAR:

a) Blandið berjunum og Prosecco saman í skál og leyfið þeim að liggja í bleyti í um 15 mínútur.
b) Leggðu Prosecco-blýjuð berina í glös með grískri jógúrt.
c) Dreypið hunangi yfir.
d) Endurtaktu lögin og endaðu með hunangsskreytingu.

64. Prosecco og hindberjahlaup

Hráefni:
- 1 1/2 bolli Prosecco
- 1/2 bolli vatn
- 1/2 bolli kornsykur
- 2 matskeiðar hindberja gelatín
- Fersk hindber til skrauts

LEIÐBEININGAR:

a) Hitið Prosecco, vatn og sykur í potti þar til sykurinn leysist upp.

b) Takið af hitanum og hrærið hindberjagelatíninu saman við.

c) Hellið blöndunni í einstök matarglös eða mót.

d) Kældu í kæli þar til stíft (venjulega nokkrar klukkustundir eða yfir nótt).

e) Skreytið með ferskum hindberjum áður en borið er fram.

65. Prosecco og Lemon Posset

Hráefni:
- 2 bollar Prosecco
- 1 bolli þungur rjómi
- 1 bolli kornsykur
- Börkur og safi úr 2 sítrónum

LEIÐBEININGAR:

a) Blandið saman Prosecco, þungum rjóma og sykri í pott. Hitið, hrærið, þar til sykurinn leysist upp.

b) Bætið sítrónuberki og safa út í og látið malla í 5 mínútur.

c) Hellið blöndunni í glös og geymið í kæli í nokkrar klukkustundir þar til hún hefur stífnað.

d) Skreytið með sítrónuberki áður en borið er fram.

66. Prosecco Tiramisu

Hráefni:
- 1 bolli Prosecco
- 3 stórar eggjarauður
- 1/2 bolli kornsykur
- 1 bolli mascarpone ostur
- 1 bolli þungur rjómi
- 1 tsk vanilluþykkni
- 1 pakki af ladyfingers
- Kakóduft til að rykhreinsa
- Espresso (valfrjálst)

LEIÐBEININGAR:
a) Í skál, þeytið saman eggjarauður og sykur þar til þær eru þykkar og ljósar.
b) Hrærið mascarpone ostinum saman við þar til það er slétt.
c) Þeytið þungan rjómann og vanilluþykkni í sérstakri skál þar til stífir toppar myndast.
d) Blandið þeyttum rjómanum varlega saman við mascaponeblönduna.
e) Dýfið ladyfingers í Prosecco (og espresso ef vill) og leggið þær í framreiðsluskál.
f) Dreifðu lagi af mascarpone blöndunni yfir ladyfingers.
g) Endurtakið ladyfinger og mascarpone lagið, endið með mascarpone lagið ofan á.
h) Geymið í kæli í nokkrar klukkustundir eða yfir nótt.
i) Áður en borið er fram, stráið með kakódufti.

KRYDDINGAR

67. Prosecco og Peach Salsa

HRÁEFNI:

- 2 þroskaðar ferskjur, skornar í teninga
- ¼ bolli rauðlaukur, smátt saxaður
- ¼ bolli ferskt kóríander, saxað
- Safi úr 1 lime
- ¼ bolli Prosecco
- Salt og pipar eftir smekk
- Tortilla flögur til framreiðslu

LEIÐBEININGAR:

a) Í skál skaltu sameina ferskjur, rauðlauk, kóríander, lime safa og Prosecco.
b) Kryddið með salti og pipar eftir smekk.
c) Blandið vel saman til að sameina öll bragðefnin.
d) Látið salsa sitja í um það bil 15 mínútur til að leyfa bragðinu að blandast saman.
e) Berið fram Prosecco og ferskju salsa með tortilla flögum fyrir hressandi og ávaxtaríkt snarl.

68. Prosecco hlaup

HRÁEFNI:
- 2 bollar Prosecco
- 1 bolli sykur
- 1 pakki (um 1,75 oz) af duftformi ávaxtapektíni
- Sítrónusafi (valfrjálst, fyrir sýrustig)

LEIÐBEININGAR:
a) Blandið saman Prosecco og sykri í stórum potti.
b) Hrærið við meðalhita þar til sykurinn hefur leyst upp.
c) Bætið duftformi ávaxtapektíninu út í og hrærið til að blanda saman.
d) Látið suðuna koma upp og eldið í um það bil 1 mínútu, hrærið stöðugt í.
e) Takið pottinn af hellunni og fjarlægið alla froðu sem kann að hafa myndast.
f) Ef þess er óskað skaltu bæta við kreistu af sítrónusafa til að fá sýrustig.
g) Hellið Prosecco hlaupinu í sótthreinsaðar krukkur og látið það kólna niður í stofuhita.
h) Geymið hlaupið í kæli þar til það hefur stífnað.
i) Dreifðu því á ristað brauð, berðu það fram með osti eða notaðu það sem gljáa fyrir kjöt eða steikt grænmeti.

69. Prosecco sinnep

HRÁEFNI:

- ¼ bolli gul sinnepsfræ
- ¼ bolli brún sinnepsfræ
- ½ bolli Prosecco
- ¼ bolli hvítvínsedik
- 1 matskeið hunang
- ½ tsk salt

LEIÐBEININGAR:

a) Blandið saman gulu og brúnu sinnepsfræjunum í skál.

b) Blandið saman Prosecco, hvítvínsediki, hunangi og salti í sérstakri skál.

c) Hellið Prosecco blöndunni yfir sinnepsfræin og hrærið saman.

d) Látið blönduna standa við stofuhita í um 24 klukkustundir, hrærið af og til.

e) Færið blönduna yfir í blandara eða matvinnsluvél og blandið þar til æskilegri þéttleika er náð.

f) Geymið Prosecco sinnepið í loftþéttu íláti í kæli.

g) Notaðu það sem krydd fyrir samlokur, hamborgara eða sem dýfingarsósu fyrir kringlur og snakk.

70. Prosecco smjör

HRÁEFNI:

- ½ bolli ósaltað smjör, mildað
- 2 matskeiðar Prosecco
- 1 tsk sítrónubörkur
- ½ tsk salt

LEIÐBEININGAR:

a) Blandið saman mjúka smjörinu, Prosecco, sítrónuberki og salti í skál.
b) Hrærið eða þeytið þar til það er vel blandað og slétt.
c) Flyttu Prosecco smjörið í lítið ílát eða mótaðu það í stokk með plastfilmu.
d) Geymið í kæli þar til það er stíft.
e) Notaðu Prosecco smjörið til að toppa grillaðar steikur, bræða yfir steikt grænmeti eða dreifa á ferskt brauð.

71. Prosecco Lemon Curd

HRÁEFNI:

- Börkur af 3 sítrónum
- 1 bolli nýkreistur sítrónusafi (um 4-5 sítrónur)
- 1 bolli kornsykur
- 4 stór egg
- ½ bolli ósaltað smjör, skorið í teninga
- ¼ bolli Prosecco

LEIÐBEININGAR:

a) Í hitaþolinni skál, þeytið saman sítrónubörk, sítrónusafa, sykur og egg þar til það hefur blandast vel saman.

b) Setjið skálina yfir pott með sjóðandi vatni og passið að botn skálarinnar snerti ekki vatnið. Þetta skapar tvöfalda ketilsuppsetningu.

c) Eldið blönduna, hrærið stöðugt í með þeytara eða tréskeið, þar til hún þykknar og hjúpar bakhlið skeiðarinnar. Þetta ferli tekur venjulega um 10-15 mínútur.

d) Þegar blandan hefur þykknað skaltu taka skálina af hellunni.

e) Bætið smjörinu í teninga saman við osturinn og hrærið þar til smjörið hefur bráðnað og er að fullu tekið upp.

f) Hrærið Prosecco saman við þar til það hefur blandast vel saman.

g) Látið ostinn kólna í nokkrar mínútur og flytjið það síðan yfir í hreina krukku eða loftþétt ílát.

h) Hyljið krukkuna eða ílátið með loki eða plastfilmu og vertu viss um að það snerti beint yfirborð ostsins til að koma í veg fyrir að húð myndist.

i) Kælið Prosecco Lemon Curd í að minnsta kosti 2 klukkustundir, eða þar til það er kælt og stíft.

j) Skurðurinn má geyma í kæliskáp í allt að 2 vikur.

72. Prosecco Aioli

HRÁEFNI:
- ½ bolli majónesi
- 1 matskeið Prosecco
- Börkur og safi úr 1 sítrónu
- 1 hvítlauksgeiri, saxaður
- Salt og pipar eftir smekk

LEIÐBEININGAR:
a) Í lítilli skál, þeytið saman majónesi, Prosecco, sítrónubörk, sítrónusafa, hakkaðan hvítlauk, salt og pipar.
b) Smakkið til og stillið kryddið ef þarf.
c) Lokið skálinni og kælið Prosecco aioli í að minnsta kosti 30 mínútur til að leyfa bragðinu að blandast saman.
d) Berið aioliið fram sem ljúffenga ídýfingarsósu fyrir franskar, smyrjið því á samlokur eða notið sem rjómalagt álegg fyrir hamborgara eða grillað grænmeti.

73. Prosecco hunangssinnep

HRÁEFNI:

- ¼ bolli Dijon sinnep
- 2 matskeiðar hunang
- 2 matskeiðar Prosecco
- Börkur og safi úr 1 sítrónu
- Salt og pipar eftir smekk

LEIÐBEININGAR:

a) Þeytið Dijon sinnepið, hunangið, Prosecco, sítrónubörk, sítrónusafa, salt og pipar saman í skál.
b) Smakkið til og stillið kryddið ef vill.
c) Lokið skálinni og kælið Prosecco hunangssinnepið í að minnsta kosti 30 mínútur áður en það er notað.
d) Notaðu hunangssinnepið sem bragðmikið krydd fyrir samlokur og hamborgara, eða sem dýfingarsósu fyrir kjúklingamat eða kringlur.

74. Prosecco jurtasmjör

HRÁEFNI:

- ½ bolli ósaltað smjör, mildað
- 1 matskeið Prosecco
- 1 matskeið saxaðar ferskar kryddjurtir (eins og steinselja, timjan eða basil)
- Börkur af 1 sítrónu
- Salt og pipar eftir smekk

LEIÐBEININGAR:

a) Blandið saman mjúka smjörinu, Prosecco, saxuðum ferskum kryddjurtum, sítrónuberki, salti og pipar í skál. Blandið vel saman til að blanda öllu hráefninu saman við.
b) Flyttu bragðbætt smjörið yfir á plastfilmu og mótaðu það í stokk eða pakkaðu því vel inn í plastfilmuna.
c) Kælið Prosecco jurtasmjörið í að minnsta kosti 1 klukkustund til að það stífni upp og bragðið blandast saman.
d) Skerið smjörið í sneiðar eða notaðu það sem álegg fyrir brauð, snúða eða grillað kjöt og grænmeti. Smjörið með kryddjurtum bætir ljúffengum og ilmandi blæ við réttina þína.

75. Prosecco Salsa Verde

HRÁEFNI:
- 1 bolli fersk steinseljublöð, saxuð
- ¼ bolli fersk basilíkublöð, saxuð
- 2 matskeiðar kapers, tæmdar og saxaðar
- 2 hvítlauksrif, söxuð
- 2 matskeiðar smátt saxaður skalottlaukur
- 2 matskeiðar Prosecco
- Börkur og safi úr 1 sítrónu
- ¼ bolli ólífuolía
- Salt og pipar eftir smekk

LEIÐBEININGAR:
a) Blandið saman saxaðri steinselju, basil, kapers, hakkaðri hvítlauk, skalottlaukur, Prosecco, sítrónubörk, sítrónusafa, ólífuolíu, salt og pipar í skál.
b) Hrærið vel til að blanda öllu hráefninu saman.
c) Smakkið til og stillið kryddið ef þarf.
d) Látið Prosecco salsa Verde standa í að minnsta kosti 15-30 mínútur til að leyfa bragðinu að blandast saman.
e) Berið fram salsa verde sem kryddjurt fyrir grillaðan fisk, eða steikt grænmeti, eða notaðu það sem bragðmikla dressingu fyrir salat.

KOKTEILAR

76. Aperol Spritz

HRÁEFNI:
- 3 aura af prosecco
- 2 aura Aperol
- 1 eyri club gos
- Skreytið: appelsínusneið

LEIÐBEININGAR:
a) Í vínglasi fyllt með ís, þeytið saman prosecco, Aperol og club gos.
b) Bætið appelsínusneið út í sem skraut.

77. Prosecco og appelsínusafa Mimosas

HRÁEFNI:
- 1 flaska af Prosecco
- 2 bollar appelsínusafi
- Appelsínusneiðar til skrauts

LEIÐBEININGAR:
a) Fylltu kampavínsflautur hálfa leið með kældu Prosecco.
b) Toppaðu glösin með appelsínusafa.
c) Skreytið hvert glas með appelsínusneið.
d) Berið fram strax og njótið hressandi Prosecco mimosa.

78. Hibiscus Spritz

HRÁEFNI:
- 2 aura prosecco eða freyðivín
- 1-eyri hibiscus síróp
- ½ aura elderflower líkjör
- Klúbbgos
- Sítrónusneiðar eða æt blóm til skrauts
- Ísmolar

LEIÐBEININGAR:
a) Fylltu vínglas með ísmolum.
b) Bætið hibiscus sírópi og elderflower líkjör í glasið.
c) Hrærið varlega til að sameina bragðið.
d) Toppaðu glasið með prosecco eða freyðivíni.
e) Bætið við skvettu af club gosi fyrir freyðandi áferð.
f) Skreytið með sítrónusneiðum eða ætum blómum.
g) Hrærið varlega áður en þið soðið.
h) Njóttu þess freyðandi og blóma Hibiscus Spritz.

79. Kampavínsmúlar

HRÁEFNI:

- 2 aura ml vodka
- 2 aura ferskur lime safi
- 4 aura af engiferbjór
- Kælt prosecco, fyrir álegg
- Limebátar, til framreiðslu
- Mynta, til framreiðslu

LEIÐBEININGAR:

a) Hellið vodka og ferskum limesafa í tvö glös, toppið síðan hvert glas með engiferbjór.

b) Hellið prosecco yfir og skreytið síðan með lime og myntu.

c) Berið fram kalt.

80. Hugo

HRÁEFNI:

- 15 cl Prosecco, kælt
- 2 cl elderberry síróp, eða sítrónu smyrsl síróp
- par af myntublöðum
- 1 nýkreistur sítrónusafi, eða lime safi
- 3 ísmolar
- skot freyðivatni, eða gosvatni
- sneið sítrónu, eða lime til skrauts á glasið eða sem skraut

LEIÐBEININGAR:

a) Setjið ísmola, síróp og myntulaufin í rauðvínsglas.

b) Hellið nýkreistri sítrónu- eða limesafa í glasið. Setjið sneið af sítrónu eða lime í glasið og bætið við flottu Prosecco.

c) Eftir nokkra stund skaltu bæta við skvettu af freyðivatni.

81. Prosecco Mojito

HRÁEFNI:
- 1 oz hvítt romm
- ½ oz ferskur lime safi
- ½ oz einfalt síróp
- 6-8 fersk myntublöð
- Prosecco, kælt
- Limebátar til skrauts
- Myntugreinar til skrauts

LEIÐBEININGAR:
a) Í kokteilhristara, blandaðu ferskum myntulaufunum með limesafa og einföldu sírópi.
b) Bætið hvíta romminu út í og fyllið hristarann með klaka.
c) Hristið vel til að blanda saman.
d) Sigtið blönduna í glas fyllt með ís.
e) Toppið með kældu Prosecco.
f) Skreytið með limebátum og myntugreinum.
g) Hrærið varlega og njótið hressandi Prosecco Mojito.

82. Sgroppino

HRÁEFNI:
- 4 únsur. vodka
- 8 únsur. Prosecco
- 1 lota af sítrónusorbet
- Valfrjálst skreytingar
- sítrónubörkur
- sítrónubátar
- sítrónu ívafi
- fersk myntublöð
- fersk basilíkublöð

LEIÐBEININGAR:
a) Blandið fyrstu þremur hráefnunum saman í blandara.
b) Vinnið þar til slétt og blandað.
c) Berið fram í kampavínsflautum eða vínglösum.

83. Prosecco Bellini

HRÁEFNI:
- 2 oz ferskjumauk eða ferskjunektar
- Prosecco, kælt
- Ferskjusneiðar til skrauts

LEIÐBEININGAR:
a) Hellið ferskjumaukinu eða ferskjunektarnum í kælda kampavínsflautu.
b) Toppið með kældu Prosecco, fyllið glasið.
c) Hrærið varlega til að blanda saman.
d) Skreytið með ferskri ferskjusneið.
e) Njóttu og njóttu hins klassíska og glæsilega Prosecco Bellini.

84. Prosecco Margarita

HRÁEFNI:

- 1½ oz silfur tequila
- 1 oz ferskur lime safi
- 1 oz einfalt síróp
- ½ oz appelsínulíkjör (svo sem þrefaldur sekúndur)
- Prosecco, kælt
- Limebátar til skrauts
- Salt eða sykur til að fylla (valfrjálst)

LEIÐBEININGAR:

a) Ef þess er óskað, mátið glasið með salti eða sykri með því að dýfa brúninni í limesafa og síðan í salti eða sykri.
b) Í kokteilhristara skaltu sameina tequila, lime safa, einfalda síróp og appelsínulíkjör.
c) Fylltu hristarann af klaka og hristu kröftuglega.
d) Sigtið blönduna í glas fyllt með ís.
e) Toppið með kældu Prosecco.
f) Skreytið með limebátum.
g) Hrærið varlega og njótið glitrandi Prosecco Margarita.

85. Prosecco Ginger Fizz

HRÁEFNI:

- 2 oz engiferlíkjör
- ½ oz ferskur lime safi
- ½ oz einfalt síróp
- Prosecco, kælt
- Kristallað engifer til skrauts

LEIÐBEININGAR:

a) Blandaðu saman engiferlíkjörnum, limesafa og einföldu sírópinu í kokteilhristara.
b) Fylltu hristarann af klaka og hristu vel.
c) Sigtið blönduna í glas fyllt með ís.
d) Toppið með kældu Prosecco.
e) Skreytið með bita af kristölluðu engifer.
f) Hrærið varlega og njótið glitrandi Prosecco Ginger Fizz.

86. Prosecco franska 75

HRÁEFNI:

- 1 oz af gini
- ½ oz ferskur sítrónusafi
- ½ oz einfalt síróp
- Prosecco, kælt
- Sítrónutvistur til skrauts

LEIÐBEININGAR:

a) Blandaðu saman gininu, sítrónusafanum og einföldu sírópinu í kokteilhristara.
b) Fylltu hristarann af klaka og hristu vel.
c) Sigtið blönduna í kampavínsflautu.
d) Toppið með kældu Prosecco.
e) Skreytið með sítrónusveiflu.
f) Njóttu og njóttu hins klassíska og freyðandi Prosecco French 75.

87. Prosecco Granatepli Punch

HRÁEFNI:

- 2 bollar granateplasafi
- 1 bolli appelsínusafi
- ½ bolli trönuberjasafi
- ¼ bolli ferskur lime safi
- 2 matskeiðar agave síróp eða hunang
- Prosecco, kælt
- Granatepli fræ og lime sneiðar til skrauts

LEIÐBEININGAR:

a) Blandið saman granateplasafa, appelsínusafa, trönuberjasafa, limesafa og agavesírópi eða hunangi í könnu.

b) Hrærið þar til það hefur blandast vel saman og sætuefnið hefur leyst upp.

c) Bætið kældu Prosecco í könnuna og hrærið varlega.

d) Fylltu glös af klaka og helltu Prosecco granateplinu yfir ísinn.

e) Skreytið með granateplafræjum og lime sneiðum.

f) Njóttu og njóttu ávaxtaríks og freyðandi Prosecco Granatepli Punch.

88. Ruby and Rosemary Prosecco kokteill

HRÁEFNI:
- 1 grein af fersku rósmaríni
- 1 eyri rúbín greipaldinsafi
- ½ únsa rósmarín einfalt síróp (uppskrift hér að neðan)
- Kælt Prosecco eða hvaða freyðivín sem er
- Ruby greipaldinsneiðar eða rósmaríngreinar til skrauts

FYRIR RÓSMARÍN SÍRÓP:
- ½ bolli vatn
- ½ bolli kornsykur
- 2 greinar af fersku rósmaríni

LEIÐBEININGAR:
a) Útbúið einfalda rósmarínsírópið með því að blanda saman vatni, sykri og rósmaríngreinum í litlum potti. Látið suðuna koma upp við meðalhita og hrærið af og til þar til sykurinn er alveg uppleystur.

b) Takið pottinn af hellunni og látið rósmaríníð blandast í sírópið í um það bil 10 mínútur. Sigtið síðan rósmaríngreinarnar úr og leyfið einfalda sírópinu að kólna.

c) Í kokteilhristara skaltu rugla ferska rósmaríngreininni varlega til að losa ilm hans.

d) Bætið rúbínum greipaldinsafanum og rósmarínsírópinu í hristarann. Fylltu hristarann af ís.

e) Hristið blönduna kröftuglega í um 15-20 sekúndur til að kæla hráefnin.

f) Sigtið kokteilinn í kælt glas eða flaut.

g) Toppaðu kokteilinn með kældu Prosecco, leyfðu honum að blandast varlega saman við hin hráefnin.

h) Skreytið drykkinn með sneið af rúbíngreipaldini eða kvisti af fersku rósmaríni.

i) Berið fram Ruby and Rosemary Prosecco kokteilinn strax og njótið!

89. Prosecco Elderflower kokteill

HRÁEFNI:

- 1 oz elderflower líkjör (eins og St-Germain)
- ½ oz ferskur sítrónusafi
- Prosecco, kælt
- Ætanleg blóm til skrauts (valfrjálst)

LEIÐBEININGAR:

a) Fylltu vínglas með ísmolum.
b) Bætið öldurblómalíkjörnum og ferskum sítrónusafa út í.
c) Toppið með kældu Prosecco.
d) Hrærið varlega til að blanda saman.
e) Skreytið með ætum blómum, ef vill.
f) Njóttu og njóttu blóma og freyðandi Prosecco Elderflower kokteilsins.

90. Bleikur greipaldinkokteill

Hráefni:
- 1 bolli nýkreistur bleikur greipaldinsafi
- ⅛ bolli hindberjalíkjör
- 2 flöskur af sætu Prosecco
- 2 bleik greipaldin, skorin í sneiðar til skrauts
- Fersk mynta til skrauts
- Ísmolar

LEIÐBEININGAR:

a) Blandið saman nýkreistum bleika greipaldinsafanum, hindberjalíkjörnum og sætu Prosecco í könnu.

b) Bætið við bakka af ísmolum til að halda Prosecco köldum.

c) Hrærið blönduna vel til að blanda saman bragðinu.

d) Bætið við sneiðum af 1 bleikum greipaldini og handfylli af ferskri myntu til að auka ilm og framsetningu.

e) Til að bera fram, hellið Prosecco í glös með sneið af bleikum greipaldin meðfram brúninni og skreytið með ferskri myntu.

f) Lyftu glasi, ristaðu í yndislegan brunch og njóttu!

91. Prosecco ananas sorbet flot

Hráefni:
ANANASSORBET:
- 2 aura af ananassafa
- 4 aura agave síróp
- 16 aura af frosnum ananas

PROSECCO + ANANASSORBET FLOTT:
- Ananas sorbet (úr ofangreindri uppskrift)
- Prosecco

LEIÐBEININGAR:
ANANASSORBET:
a) Blandið saman ananassafa og agave í blandara.
b) Bætið um fjórðungi af frosnum ananas út í og pulsið þar til það er blandað saman.
c) Bætið rólega afganginum af frosnum ananas út í og hrærið saman við hverja viðbót. Markmiðið er að viðhalda frosnu smoothie-líku samkvæmni.
d) Flyttu blönduna í ílát og settu hana í frysti til að harðna yfir nótt.

PROSECCO ANANASSORBET FLOTT:
e) Setjið skeið af tilbúnum ananassorbet í botninn á glasi.
f) Opnaðu flösku af Prosecco og helltu henni yfir sorbetið í glasinu.
g) Ef þess er óskað, skreytið flotann með ananassneiðum, myntulaufum eða ætum blómum.

92. Hindberjalímonaði Hanastél

Hráefni:

- 3 aura Prosecco
- 3 aura hindberjalímonaði
- Bleikt eða rautt sykurstráð
- 2-3 fersk hindber

LEIÐBEININGAR:

a) Til að kanta glösin: Hellið litlu magni af hindberjalímonaði á disk eða grunna skál. Gerðu það sama með bleika eða rauða sykurstökkinu á sérstakri disk.

b) Dýfðu brúninni á Prosecco-flautu í hindberjalímonaði og passaðu að húða alla brúnina.

c) Dýfðu síðan húðuðu brún glassins í litaða sykurinn til að búa til skrautlega sykurkant.

d) Hellið hindberjalímonaði og Prosecco í tilbúið glas og hrærið varlega til að blanda bragðinu.

e) Slepptu 2-3 ferskum hindberjum í kokteilinn til að fá ávaxtaríkt góðgæti.

f) Berið fram Raspberry Lemonade Proseccos og njóttu þessa yndislega og hressandi kokteils í brunchnum þínum með stelpunum.

93. Appelsínugult sorbet Hanastél

Hráefni:

- 2 bollar ferskur appelsínusafi
- ½ bolli vatn
- ¾ bolli hunang eða agave nektar, stillt eftir smekk
- Prosecco

LEIÐBEININGAR:

a) Í blöndunarskál, hrærið saman ferskum appelsínusafa, vatni og hunangi (eða agave nektar) þar til það er vel blandað saman.

b) Hellið blöndunni í ísvél og frystið samkvæmt leiðbeiningum framleiðanda. Að öðrum kosti er hægt að hella blöndunni í fat og frysta hana í frysti þar til hún nær sorbet samkvæmni.

c) Þegar appelsínusorbetið er tilbúið, hellið því í Prosecco glös.

d) Toppaðu sorbetinn með Prosecco.

94. Elderflower Blood Orange Hanastél

Hráefni:

- 750 ml flaska af Prosecco
- 8 tsk silfur tequila
- 8 tsk elderflower líkjör
- ⅓ bolli nýkreistur blóðappelsínusafi
- 1 blóðappelsína, þunnar sneiðar til skrauts (má sleppa)

LEIÐBEININGAR:

a) Ef þú vilt skaltu setja þunnt sneið af blóðappelsínu í hverja af Prosecco flautunum fjórum fyrir glæsilegan skraut.

b) Hellið 2 teskeiðum af silfri tequila í hverja Prosecco flautu, skiptið því jafnt á milli þeirra.

c) Næst skaltu bæta 2 teskeiðum af elderflower líkjör við hverja flautu.

d) Skiptu nýkreista blóðappelsínusafanum jafnt á milli Prosecco-flautanna fjögurra. Hver flauta ætti að fá aðeins minna en 4 teskeiðar af safa.

e) Hellið Prosecco varlega í hverja flautu og leyfið loftbólunum að setjast á milli hella. Fylltu hvert glas upp að brúninni með Prosecco.

f) Berið fram Elderflower Blood Orange Prosecco strax og njóttu fallegrar samsetningar bragðtegunda og goss.

95. Prosecco og appelsínusafi Hanastél

HRÁEFNI:
- 1 flaska af Prosecco
- 2 bollar appelsínusafi
- Appelsínusneiðar til skrauts

LEIÐBEININGAR:
e) Fylltu Prosecco flautur hálfa leið með kældu Prosecco.
f) Toppaðu glösin með appelsínusafa.
g) Skreytið hvert glas með appelsínusneið.
h) Berið fram strax og njótið hressandi Prosecco Prosecco.

96. Ástaraldin Hanastél

HRÁEFNI:

- 1 bolli kælt Prosecco
- ½ bolli Kældur ástríðusnektar eða safi

LEIÐBEININGAR:

a) Skiptið kælda Prosecco jafnt á milli tveggja glösa.

b) Toppaðu hvern drykk með kældum ástríðuávöxtum nektar eða safa. Þú getur bætt 3 til 4 matskeiðum af nektar eða safa í hvert glas.

c) Hrærið varlega í blöndunni til að sameina bragðið.

d) Berið fram Passion Fruit Prosecco strax og njóttu hins sæta og suðræna bragðs af ástríðuávöxtum ásamt freyðandi Prosecco.

e) Þessi framandi og frískandi kokteill er fullkominn fyrir sérstakan brunch, hátíð eða einfaldlega til að dekra við þig með yndislegum drykk.

f) Njóttu einstaka og yndislega bragðsins af þessum ástríðuávaxta Proseccos! Skál!

97. Ferskjur Prosecco kokteill

HRÁEFNI:

- 2 bollar ferskjunektar, kældur
- 1 ⅓ bollar appelsínusafi, kældur
- ⅔ bolli Grenadine síróp
- 1 flaska brut Prosecco, kælt

LEIÐBEININGAR:

a) Blandið saman kældum ferskjunektar og appelsínusafa í stórri könnu. Hrærið vel til að tryggja að bragðið blandist saman.

b) Taktu 10 Prosecco glös og skeið 1 matskeið af grenadínsírópi í hvert glas.

c) Hellið um það bil ⅓ bolla af appelsínusafablöndunni í hvert Prosecco glas yfir grenadínsírópið.

d) Að lokum skaltu fylla hvert glas með kældu Prosecco, fylltu það að barmi.

e) Berið fram Peach Prosecco strax til að njóta goss og ávaxtaríks góðgætis.

f) Þessir yndislegu Prosecco eru fullkomin fyrir hátíðleg tækifæri, brunchsamkomur eða hvenær sem þú vilt bæta við ferskju sætu við daginn þinn.

g) Skál fyrir ljúffengum Peach Proseccos! Njóttu á ábyrgan hátt og njóttu yndislegrar bragðblöndunnar.

98. Ananas Prosecco kokteill

HRÁEFNI:

- 750 millilítra flaska af Prosecco
- 2 bollar ananassafi
- ½ bolli appelsínusafi
- Appelsínusneiðar, til framreiðslu
- Ananas sneiðar, til framreiðslu

LEIÐBEININGAR:

a) Blandið saman Prosecco, ananasafa og appelsínusafa.
b) Hrærið þar til það hefur blandast vel saman.
c) Fyllið Prosecco glösin og bætið ávaxtasneiðum á brúnirnar áður en þær eru bornar fram.

99. Prosecco Sangria

HRÁEFNI:
- 3 bollar af ávaxtasafa
- 3 bollar ferskir ávextir (sneiddir eða sneiddir, ef þarf)
- ½ bolli ávaxtalíkjör (eins og Cointreau, Grand Marnier eða Chambord)
- 1 flaska af þurru Prosecco, kælt

LEIÐBEININGAR:
a) Blandið safa, ávöxtum og líkjör saman í stóra krukku (eða könnu, ef borið er fram úr einni) og látið bragðið blandast í að minnsta kosti 1 klukkustund.

b) Ef þú hefur pláss í kælinum þínum skaltu halda blöndunni kældri þar til hún er tilbúin til notkunar.

c) Bætið Prosecco í krukkuna (eða könnuna) og berið fram strax.

d) Að öðrum kosti er hægt að fylla einstök glös um þriðjung af safablöndunni og toppa með Prosecco.

100. Jarðarber Prosecco kokteill

HRÁEFNI:
- 2 aura appelsínusafi
- 2 aura jarðarber
- ½ aura jarðarberjasíróp
- 4 aura Prosecco

LEIÐBEININGAR:
a) Blandið appelsínusafa, jarðarberjum og jarðarberjasírópi í blandara þar til það er slétt.
b) Hellið í kokteilglas.
c) Toppaðu með Prosecco.
d) Skreytið með jarðarberi og appelsínusneið.

NIÐURSTAÐA

Þegar við náum endalokum „BÚLUR OG BIT: ENDALA PROSECCO MAÐKABÓKIN" vonum við að þú hafir notið þessarar ferðar inn í heim sælgætis sem innihalda Prosecco. Við höfum kannað mikið úrval uppskrifta, allt frá morgunverði til snarls og aðalrétta, allar með glitrandi og glæsileika Prosecco. Þetta hefur verið ævintýri um bragð og sköpunargáfu, að uppgötva hvernig Prosecco getur aukið bæði sæta og bragðmikla rétti og bætt snertingu af fágun við matargerðarlistina þína.

Við vonum að þessi matreiðslubók hafi veitt þér innblástur til að gera tilraunir með Prosecco í eldhúsinu þínu, sem gerir þér kleift að búa til eftirminnilegar máltíðir og upplifun fyrir þig og ástvini þína. Mundu að Prosecco er ekki bara drykkur fyrir ristað sérstök tækifæri - það er fjölhæft hráefni sem getur lyft daglegu matreiðslunni þinni og fært snert af hátíð í hverja máltíð.

Frá eftirlátssömum brunch-kokkteilum til stórkostlegra kvöldverðarpörunar, Prosecco hefur sannað getu sína til að bæta og lyfta upp fjölbreytt úrval af réttum. Svo, haltu áfram að kanna matreiðslumöguleika Prosecco, fylltu uppskriftirnar þínar með líflegum bragði og gosi. Deildu sköpun þinni með vinum og fjölskyldu og njóttu gleðinnar sem fylgir því að uppgötva nýjar og ljúffengar bragðtegundir.

Við vonum að "BÚLUR OG BIT: ENDALA PROSECCO MAÐKABÓKIN" hafi kveikt sköpunargáfu þína og skilið eftir þig með nýfengnu þakklæti fyrir töfra Prosecco í eldhúsinu. Skál fyrir matreiðsluævintýrum og yndislegum heimi sælgætis sem innihalda Prosecco!

www.ingramcontent.com/pod-product-compliance
Lightning Source LLC
Chambersburg PA
CBHW071316110526
44591CB00010B/909